TỈNH THANH-HÓA

(LA PROVINCE DE THANH-HÓA)

PAR

H. LE BRETON

Khoa-học Cử-nhân,

Nguyên Thanh - Hóa tỉnh Đốc - Học,
Vinh, Thành-Trung-Học-Đường Đốc-Học,
kiêm
Nghệ-An
chư Pháp-Việt-trường Thanh-tra.

IN LẦN THỨ BA (3e édition)

HÀ-NỘI

XUẤT BẢN — 1926

OUVRAGES DU MÊME AUTEUR

Những sách của Tác-giả soạn

1. — THANH-HÓA ĐỊA-DƯ (1919).

2. — THANH-HÓA SỬ-KÝ (1919).

3. — THANH-HÓA NHÀN VẬT CHÍ.
(*Nam-phong* 1924).

4. — LA PROVINCE DE THANH-HÓA.
(*Revue Indochinoise*, 1918).

5. — LES HOMMES ILLUSTRES DU THANH-HÓA.
(*Revue Indochinoise*, 1919-1920).

6. — MONUMENTS ET LIEUX HISTORIQUES DU THANH-HÓA.
(*Revue Indochinoise*, 1921).

7. — LE THANH-HÓA PITTORESQUE.
(*Revue Indochinoise*, 1922).

8. — BIỆN-SƠN, PORT POSSIBLE DU NORD-ANNAM.
(*Bulletin Economique de l'Indochine*, 1919).

Tác-giả có lời cám-ơn những ông đồng-chí, đã sẵn lòng chữa giúp, hoặc dịch giúp cho quyển Thanh-Hóa địa-dư nầy.

Trong những ông ấy phần nhiều là cựu học-sinh-viên tài-đức kiêm toàn của tác-giả ở trường Quốc-học Huế trong năm 1908-1914. Nay lại được gặp các ông thì tác-giả rất lấy làm hân hạnh.

Tại Vinh, ngày 5 juillet 1926.

Vinh, Thành-Trung-Học-đường Đốc-học,

LE BRETON.

TIỂU-DẪN

(PRÉFACE)

THANH-HÓA là một nơi căn-bản nước Nam ; muốn học sử Nam, nên học sử tỉnh Thanh-hóa trước.

Phong cảnh tỉnh Thanh đẹp có tiếng : nhiều tay sử-bút Tàu đã để-tả mà ngợi khen. Lại nhiều cổ tích danh-kỳ, nên những bậc văn-nhân ai đã đến ở đó ít lâu, sau dẫu đi đâu, lòng vẫn nhớ đó mãi.

Về phần cai-trị, Thanh-hóa chỉ là một tỉnh của Trung-kỳ ; nhưng xem ra, chẳng khác chi Bắc-kỳ, chỉ nhỏ thua mà thôi. Địa-dư cũng có ba phần khác nhau : phần thượng-du, rừng rậm, non xanh ; phần trung-châu, nhiều đất gò cao, nhiều đồng cỏ rộng : lại phần hạ-bạn, cò bay thẳng cánh, ruộng rộc, ruộng màu. Khí hậu, thổ-sản, đều giống Bắc-kỳ, cho đến phong-tục nhân dân cũng giống.

Rừng bụi lại hình như hữu-ý, giữ gìn dấu-tích cựu-kinh, như là Tây-đô (Tây-kinh, Hồ-thành), của Hồ-Qui-Ly lập ra, lúc cuối đời Trần, cung An-trường, đời Lê-Lợi (hay là Lê-Trang-Tôn) lập làm nơi hành tại.

Lăng-miếu Tiền-vương bền-vững đó, rõ ràng là đất đế-vương. Vua-thánh, tôi-hiền, võ-tướng, văn-nhân, biết bao là hào-kiệt, anh-hùng, sanh trong đất ấy. Vua anh-hùng như Lê-Lợi, Lam-sơn khởi nghĩa, làm cho nước Nam thoát khỏi ách Tàu ; tướng anh-hùng như Trần-khát-Chơn, cuối đời Trần, đánh đuổi Chiêm-Thành khiến cho về sau không dám trở lại đất Thanh, đất Bắc-kỳ nữa.

Lại cũng là nơi chiến-địa lúc bấy giờ đánh nam dẹp bắc, đều lập trận giữa tỉnh Thanh ; đời Trần cũng hội quân tại tỉnh Thanh mà đánh đuổi giặc Mông-cổ.

Nước Nam nay thành ra một nước Đế-quốc, là nhờ Triều-Nguyễn, mà đức Triệu-Tổ là Nguyễn-Kim, đức Thái-Tổ là Nguyễn-Hoàng, đều sanh tại Thanh-hóa. Lại khi đức Thái-Tổ vào trấn Thuận-hóa có quan quân người Thanh-hóa theo đồng ; đánh họ Trịnh, đuổi Chiêm-Thành đều nhờ có quan quân ấy giúp. Đến sau, lấy Nam-kỳ-Lục-tỉnh và đánh với

Cao-Mên, trong công thần nước Nam, nhiều ông vẫn con cháu các quan đời ấy.

Thế rồi đến đời đức Gia-Long, ngài là vua anh-hùng thứ nhất, nhờ có Đại-pháp giúp, đánh được Nguyễn-Nhạc, Nguyễn-Huệ, rồi thay nhà Lê mà xưng đế lâu dài.

Người nước Nam, nếu muốn biết sử nước mình, trước phải học cho rõ sự tích tỉnh Thanh đã.

« Nước có nguồn, cây có cỗi », người Nam phải quí đất Thanh.

LÊ-BÌNH,

Thị-độc học-sĩ.

Thuận-hóa Trung-học-đường giáo-sư (dịch).

THANH-HÓA HÌNH THẾ

(LE PAYS)

Tỉnh Thanh-hóa không phải một hạt cai-trị, về phương diện địa-dư, khí-hậu, thổ-sản, sử-ký, văn, vân, thì tỉnh Thanh nên thuộc về Bắc-kỳ, chứ không phải thuộc về Trung-kỳ, vì đó là một xứ Bắc-kỳ thu nhỏ lại vậy.

I. — *Địa-thế* (limites, dimensions). — Tỉnh Thanh-hóa phía bắc, giáp tỉnh Ninh-bình, Sơn-la (Bắc-kỳ), tày giáp địa hạt Sầm-nứa (Lào) ; nam giáp tỉnh Nghệ-an ; đông giáp vịnh Bắc-kỳ.

Tỉnh Thanh hình vuông, chiều dài nhất, ước độ 150 ki-lô-mét (từ tày-bắc sang đông-nam), và chiều rộng nhất ước độ 120 ki-lô-mét. Kể các tỉnh ở Đông-dương thì tỉnh ây lớn hơn cả.

II. — *Trung-châu, núi-non* (la région deltaïque et la région montagneuse). — Trong tỉnh có hai miền khác nhau ;

A) Phía đông là miền trung-châu ;

B) Phía tày là miền núi.

A. — Phía đông có đồng-bằng đất phù-sa rộng, rải-rác có ít núi đá, tựa như núi ở vùng Cửa-lục ; lại có nhiều núi trọc, trên có đất tốt lại có núi đá đột xuất lên, có cỏ mọc lơ thơ, hoặc bụi rậm. Ở về miền thượng-du ấy, vừa có núi đá, vừa có rừng rậm.

Ở về phía nam trung-châu (phủ Tĩnh-gia) dọc theo hai bên đường cái quan, có đất bỏ hoang nằm giữa những đồi trụi. Ở phía tày cũng có hoang địa.

Ở phía đông-bắc miền trung-châu (Nga-sơn), đất bùn lầy lan mãi ra bể.

B. — Miền núi do ở dãy núi Trường-sơn (Trung-kỳ) mà ra, dãy núi ấy phía tày giáp tỉnh Thanh-hóa và hai dãy núi nhánh phía bắc và nam giáp tỉnh Thanh. Phần núi Trường-sơn (Trung-kỳ) phần cách tỉnh Thanh với Sầm-nứa có ngọn núi cao đến 1.500 thước tày.

Miền núi nầy sưa người ở, chỉ có người Thái, người Mường và ít người Mán, người Mèo ở thôi ; người Nam không thích lên ở trên ấy, vì sợ nước độc ; xét ra thì trên ấy thật có bệnh sốt-rét-rừng nhưng mà tin xằng rằng có thần-rừng ma-núi, vàn, vàn, nên họ không muốn ở miền ấy.

Dãy núi phân cách lưu vực sông Mã và lưu vực sông Hồng-hà gọi là « dãy núi Thanh-hóa hay là Tam-điệp » ; ở dãy núi ấy từ phía đông sang phía tây có những núi nhỏ nầy có hang hốc : núi Nga-sơn và Tam-điệp ; núi Hà-trung, Thạch-thành, Quảng-hóa, Quảng-tê có rừng tươi tốt rậm rạp.

Giáp tỉnh Nghệ-an và tỉnh Thanh-hóa, có nhiều núi hơn phía bắc, chỗ nào cũng hiểm trở, chỉ có đèo Hoàng-mai là thấp hơn, đường quan lộ từ Ninh-bình vào Vinh, và đường hỏa-xa đi qua đèo ấy.

Ở tỉnh Thanh, núi phía bắc cảnh đẹp hơn, có nhiều ngọn hình dị kỳ giống như hang hốc ở Cửa-lục. Cái hang có tiếng nhất và nhiều người biết là Động Từ-Thức (huyện Nga-sơn) ; lại có hang Lục-vân ở gần làng Chính-đại (phủ Hà-trung) ; ở huyện Thạch-thành có đền Phô-cát là nơi danh thắng nhất ; ở Quảng-hóa có động Kim-sơn, động Hồ-công ; ở phủ Đông-sơn có Hàm-rồng ; ở phủ Thiệu-hóa có Bàn-a.

III. — *Sông ngòi* (les cours d'eau). — Những con sông chảy qua tỉnh Thanh-hóa, từ bắc chí nam, là sông Mạn-hao, sông Mã, sông Ghép, Cửa-bảng và sông Yên-hóa.

Sông Mạn-hao hay là sông Hoạt phát nguyên ở phía đông-bắc phủ Hà-trung sông Thần-phù (Ninh-bình vào Vinh) chảy theo sông Hoạt.

Sông Mã phát nguyên ở núi Pou-va ở hạt Sơn-la, chảy qua tỉnh Sơn-la, Sầm-nứa đến Mường-lạt vào tỉnh Thanh-hóa, rồi chảy ra bể. — Sông ấy dài 380 ki-lô-mét, chỉ có 250 ki-lô-mét chảy qua tỉnh Thanh.

Sông Mã chảy qua Hồi-xuân (ở châu-lỵ Quảng-hóa) và qua Sát-thôn (huyện-lỵ Yên-định). Thuyền bè đi lại khó, vì từ Phong-ý trở xuống hạ lưu thì nhiều ghềnh lắm thác.

Trung-châu khởi từ thôn Bồng-thôn, chia ra ba nhánh sông chảy qua cửa bể là : Đò-lèn, Lạch-trường và Lạch-chào hay là Lịch-triều.

Cửa sông Mã to nhất là sông Lạch-chào, tầu thủy đi lại được. Nước thủy-triều lên xuống chỉ cách trên Bồng-thôn vài ki-lô-mét thôi.

Những sông nhánh của sông Mã là :

Về tả-ngạn thì có sông Con (ba con sông nhỏ họp lại) phát nguyên ở tỉnh Hoà-bình, phía nam Chợ-bờ. sông Con chảy qua Quảng-tê thì gọi là sông Bưởi, sông Sỏi, rồi chảy vào sông Mã ở Phúc-trường. Sông Con chảy qua huyện-lỵ Thạch-thành.

Về hữu-ngạn thì có sông Hương hay là sông Sú, người Tây gọi là sông Chu, sông Hương phát nguyên ở miền Sầm-nứa chảy qua Bái-thượng, tới phủ-lỵ phủ Thọ-xuân và Thiệu-hóa và chợ Đầm, sông nhánh lớn nhất là sông An về tả-ngạn ; và sông Tát về hữu-ngạn.

Ở phía nam tỉnh Thanh-hóa, cứ theo đường quan-lộ, có con sông nhất lớn là sông Ghép. Sông Ghép cùng sông Yên hay là sông Lạch-vạn, tùy theo làng nó chảy qua. Cửa sông Ghép đất đùn lên, nên tàu bè không đi lại được. Những sông nhánh của sông Ghép là :

1o — Sông Quảng-nạp ;

2o — Sông Ngã-Ba-riểng ;

3o — Sông Lam-giang hay là Cầu-quan ; chảy qua huyện-ly huyện Nông-công ;

4o — Sông Đá-bú ;

5o — Sông-Lam hay là sông-Mục chảy qua chàu-ly chàu Như-xuân;

6o — Sông Thị-long.

Những con sông ấy có nước thủy-triều lên xuồng to, nên nhiều khi thuyền bè lớn đi lại được mãi đến nơi giáp rừng ; nhưng về miền núi thì những sông ấy không đi lại được nữa.

Ở phía nam tỉnh Thanh-hóa, sông Cửa-bảng ở tỉnh Nghệ-an chảy ra, chảy qua đèo Hoàng-mai. Sông ấy một bên núi một bên bề, sông chảy song-đôi với bờ bề. Kênh ở Ninh-bình vào Vinh chảy theo sông ấy.

Ở cuối phía nam tỉnh Thanh ; có một con sông nho, dài chừng mười ki-lô-mét, con sông ấy là sông Yên-hòa, cửa sông ở trước mặt cù-lao Biện-sơn.

IV. — *Bờ-bề* (les côtes). — Bờ-bề tỉnh Thanh dài 100 ki-lô-mét ở cuối phía đông-bắc tỉnh Thanh ; Bờ-bề bùn lầy đến tận sông Đò-lèn, cách mấy thế-kỷ nay bùn ấy bồi lên thành ra tổng Liên-sơn, Yên-sơn, Nam-sơn về huyện Nga-sơn.

Từ sông Đò-lèn đến tỉnh Nghệ-an, ven bờ bằng phẳng và có cát. Đến cửa sông Lạch-trường có gò nhỏ gọi là gò Ba-quần và ở xa bề có cù-lao Hòn-nẹ ; ở Sầm-sơn có những núi đá gần (granit) thành ra mũi đất Chao và một cái vũng nhỏ ; qua phía nam có mũi đất Bang và mũi đất Rond và quần-đảo Biện-sơn khởi từ dãy Trường-sơn. Những cù-lao to nhất là cù-lao Hòn-nẹ, Hòn-vát và Biện-sơn. Ở cù-lao Biện-sơn có một cái đền tiêu, Biện-sơn lại là bến tàu thiên tạo rất sâu ; những thuyền bè ta và Khách đi lại ở quần-đảo trong vụ đánh cá, cùng những tàu thủy đi đến Vinh hay là ở Vinh về thường thì đến đậu ở cửa bề ấy đề tránh dòng, bão hay là đợi nước thủy-triều lên.

V. — *Khí-hậu* (le climat).   Khí-hậu tỉnh Thanh cũng tựa tựa như khí-hậu ngoài Bắc-kỳ. Khí-tiết mùa hạ và mùa đông cũng gần như khí-tiết ở ngoài Bắc-kỳ.

Ở tỉnh Thanh có hẳn một mùa mát, tức là mùa hanh từ tháng mười tây đến tháng năm tây. Nhưng mà đến tháng giêng và tháng hai tây (ngoài Bắc-kỳ thì tháng hai và tháng ba tây) thì mưa phùn về miền thượng-du thì mùa đông lạnh hơn ở Trung-châu.

Vụ gió-mùa cũng như ngoài Bắc-kỳ. Vụ gió-mùa đông thì thổi theo đông-bắc (gió-bắc) và vụ gió mùa hạ thì thổi theo đông-nam (gió-nồm)

Cũng như ở Vịnh Bắc-kỳ từ tháng sáu đến tháng chín tây hay có bão. Mấy trận bão vừa mới rồi ở tỉnh Thanh là trận bão hôm 24 tháng chín năm 1917, trận bão hôm mồng ba tháng chín năm 1918 và tháng chín năm 1923 có một luồng gió to lắm. Những trận bão ấy nổi lên ngay ở địa-hạt đấy, chứ không phải là bão rớt. Không có năm nào mà đã thấy những trận gió bão to như thế. Cứ cách mấy năm lại có những trận bão to ấy.

Ở Thanh có vụ mưa cũng gần giồng như vụ mưa ở Bắc-kỳ. Mưa từ tháng năm đến tháng chín tây; nhưng mà thứ nhất về tháng chín tây thì mưa to lắm. Năm nào mưa cũng không được đều nên mùa màng không được phong-nẫm.

Mưa không thuận, nên khi mưa nhiều quá thì dân cư phải gieo mạ và cày đi cày lại hai ba lần; hoặc mưa ít thì đành phải bỏ ruộng không. Nay chính-phủ Bảo-hộ đã đào nông-giang để lấy nước vào ruộng cho khỏi cái hại nước lụt và đại-hạn.

Mùa đông ở tỉnh Thanh thật dễ chịu, vì là mùa khô ráo. Những người tây hay ra bờ bể, ở tại Sầm-sơn, hóng gió mát để dưỡng sức khỏe, và tránh những cơn nóng nực mùa hè.

Nói tóm lại khí-tiết tỉnh Thanh rất lành chỉ trừ miền thượng-du ra thôi.

THÁI-THÚC-HOÀNH,

Vinh, Thành-Trung-Học-đường Quản-Đốc,

(phụng duyệt).

PHỤ TRƯƠNG

Bài tập đọc về địa dư.

I. — *Đất-nổi* (terres émergées). — Theo như sử Tàu nói, thì lúc thế kỷ thứ bảy, thuộc về đời Đường, Hà-nội ở tận bờ-biển.

Ở tỉnh Thái-bình, Nam-định, Ninh-bình, có nhiều nơi lúc bấy giờ chưa có.

Mà thật thế, là vì đất hạ-bạn Bắc-kỳ ngày nay, nguyên là chỗ vũng sâu, lần lần bùn non và phù-sa ở sông Nhị-hà bồi đầy lên mà thành ra đất.

Ở Thanh-hóa cũng thế, đất hạ-bạn cũng là bùn non và phù-sa sông Mã bồi lên mà thành ra đất.

Trong niên hiệu Hồng-Đức (vua Lê-thánh-Tôn) truyền đắp đê dọc theo bờ biển, từ Bắc-kỳ đến Thanh-hóa. Nhờ có mấy bờ đê ấy, nên nhiều chỗ nguyên xưa thương-hải mà nay hóa ra tang-điền.

Từ khi có những bờ đê ấy, phù-sa sông Nhị-hà bồi mãi vào, cho nên những chỗ đất nổi ấy càng ngày càng rộng thêm.

Cũng nhờ đất bồi choáng lấn ra bể mà tỉnh Ninh-bình có thêm được huyện Kim-sơn và huyện Yên-khánh; Thanh-hóa về huyện Nga-sơn có thêm được những tổng Nam-sơn, Yên-sơn, Liên-sơn.

Những tổng ấy lập ra trong năm thứ-hai-mươi-bảy, niên hiệu-Tự-Đức (1874).

Lúc xưa bể liền với núi Nga-sơn. Trong núi ấy có động Bích-đào, động nầy vì có sự tích Từ-Thức nên thành ra một nơi danh thắng. Ở đó, lúc thượng cổ từ đời Triệu đến đời Hậu-Lê, có một cửa bể lớn, nguyên tên là Thân-đầu, đến đời Hậu-Lê, gọi là Thần-phù. Khi ông Mã-Viện đào sông Ninh-bình thông vào Thanh-hoá, có đục một đàng đi ngang qua núi, đi thông Thần-phù vào Chính-đại (thuộc về huyện Nga-sơn phủ Hà-trung, Thanh-hóa).

Hiện nay Thần-phù và Chính-đại cách bể đến mười ki-lò-mét, thế là biết phù sa sông Nhị-hà bồi thành đất mới.

Xem đất bồi ở sông Nhị-hà, người ta có thể đoán được rằng chừng trăm năm nữa, hòn cu-lao-Nẹ sẽ liền với đất.

LÊ-BÍNH,

Thị-độc-học-sĩ,

Thuận-hóa Trung-học-đường Giáo-sư (dịch).

II. — *Những bãi nổi ở phía bắc Trung-kỳ* (les plages soulevées du Nord-Annam). — Cứ đi theo đường cái quan (đường quan lộ) đi đến mạn nam phủ Tĩnh-gia, người ta trông thấy một khu dài độ vài ki-lô-mét, phong cảnh đổi khác đất hết cả. Đất ở đây không phải là đất thịt như ở các cánh đồng-bằng xứ Trung-kỳ, ruộng không có, đến cả những lũy tre bao bọc làng xóm như mọi nơi cũng không trông thấy nữa. Đất ở đây khô ráo, nhiều cát trắng phao phao, có lẫn nhiều vỏ trai, vỏ hến, vỏ hầu đã nát ngấu ra. Đào sâu xuống đất độ vài tấc tây, thì thấy toàn là từng đống vỏ trai, vỏ hến, vỏ hầu hãy còn nguyên cả.

Đào sâu xuống nữa thấy có một thứ đá mềm, dầy đến hàng mấy thước tây. Đá ấy là những khối vỏ trai, vỏ hến, vỏ sò, nát vụn ra rồi thành trạt lại. Những thứ đá ấy người ta thường dùng để làm tường nhà.

Một đống vỏ trai, vỏ hến, vỏ sò như thế là một cái bãi nổi.

Ở chỗ khác nữa như miền Nghệ-an và Hà-tĩnh cũng đều có bãi ấy cả.

Những bãi ấy làm chứng là những miền bờ bể phía bắc xứ Trung-kỳ, đã bị quả đất chuyển động mà nổi lên.

Sự chuyển động ấy lan ra cả đến phía đông-nam xứ Bắc-kỳ. Cứ xem như những núi đá vôi về mạn Hà-nam và Ninh-bình; chân núi hoẵm vào thành ra cái hình-lăng-chương, hình « hiên-xà-phúc » (軒蛇腹). Cái hình ấy làm chứng rằng sóng bể đã xói vào chân núi. Thế mà những núi ấy ngày nay ở giữa cánh đồng, cao hơn mặt bể những mấy thước tây.

Như thế thì chắc là vỏ quả đất phía bắc xứ Trung-kỳ và ở phía đông-nam xứ Bắc-kỳ, đã có một lần nổi gò lên.

Bùi-Kỷ,

Cao-đẳng Sư-phạm-trường giáo-sư (dịch).

CÁC DÂN-CƯ

Người Việt-nam đến chiếm cứ tỉnh Thanh đã cách mấy nghìn năm nay, còn trước người Việt-nam thì không rõ có dân tộc nào khác. Kỳ thủy là người Mường dòng dõi Tàu đến chiếm địa, bây giờ tan nát ra thành nhiều chi phái. Ngoài bọn ấy thì có nhiều bọn khác văn minh hơn, như người Thái và người Việt-nam cũng dòng dõi Tàu cả. Ngoại ba bọn dân cư ấy, lại thêm có Mán có Mèo nữa.

I. — *Người Mường* (Les Muongs). — Người Mường ở dòng núi về tả ngạn sông Hồng-hà, ở cả về vùng Thanh và vùng Nghệ. Ở tỉnh Thanh họ ở huyện Thạch-thành và huyện Cẩm-thủy. Ở châu Ngọc-lạc phía đông châu Lang-chánh và châu Thường-xuân có người Mường ở lẫn lộn với người Thái. Người Mường mạnh mẽ và tính độc-lập hơn người Việt-nam.

Người Mường thì thuộc quyền quan Châu của họ và cũng đã chịu quyền nhà-nước Đại-pháp Bảo-hộ. Người Mường bản chất là nông dân, nhưng mà họ phá hại rừng lắm, vì họ hay đốt rừng để làm rẫy (hẫy).

II. — *Người Thái* (Les Thái). — Khắp Đông-dương, mỗi nơi gọi người Thái một cách (Shan, Thái hay là Tày hoặc Thổ) Người Thái và người Nam đều đồng chủng đồng-loại và đồng-tông với nhau. Có lẽ ông Triệu-Đà vua Việt-nam xưa là người Thái chăng.

Người Thái vốn hay làm ruộng, cũng như người Mường.

III. — *Người Việt-nam* (Les Annamites). — Một trăm phần dân cư tỉnh Thanh, thì người Việt-nam được đến quá chín mươi phần, quây quần chen chúc ở trung-châu Sông-Mã. Dân Thanh-hóa cũng như dân Bắc-kỳ, lực lưỡng và khỏe mạnh hơn những người ở giữa Trung-kỳ, dáng dấp họ cũng cứng-cát và nhanh-nhẹn hơn. Họ cũng như người Bắc-kỳ tính độc lập hơn người ở Huê.

Người Việt-nam ở Thanh-hóa với người ở Bắc-kỳ cũng nói giọng in nhau nên khó phân biệt, còn người Huê thì nói giọng có hơi khác. Về đường phong tục thì cũng tương tự với người Bắc-kỳ. Ví dụ như ở phía bắc Trung-kỳ thì người nam đều có tục bốc mả (dời mả) và dùng tiểu bằng sành để sang côt (1). Cả đến kiểu may quần áo, lôi vân tóc của đàn bà và dáng nón, vân, vân.......... cũng giống nhau.

Những kiểu nhà gạch ở Thanh-hóa cũng giống như kiểu nhà ở Hà-nội và ở Nam-định « Hai đầu hồi-tường cao hơn mái, nhiều tường, nhiều bực rộng, và trên có chóp nóc mà người ta ngỡ là mái lò-sưởi »

Những làng ở tỉnh Thanh-hóa cũng như những làng ở Bắc-kỳ, chung quanh làng có bờ tre thành ra một nơi có đồn chòi nhỏ; ở trong Trung-kỳ thì khác hẳn.

Thanh-hóa là đất nhà vua, ngày xưa dân được nhiều ơn riêng; nhưng bây giờ chỉ có một làng Gia-miêu-ngoại-trang (Quí-hương) được miễn cả sưu thuế, tạp dịch, vì dòng dõi nhà Nguyễn trị vì bây giờ chính người Quí-Hương (phủ Hà-trung).

Dàn tỉnh Thanh được ơn riêng và quyền riêng như thê, cho nên cũng hơi khác tính, tuy rằng vẫn thần-phục nhà nước, nhưng hình như không được thuần bằng dân các chỗ khác.

IV. — *Người Mèo và người Mán* (les Meos et les Mans).

Về miền thượng du tỉnh Thanh-hóa có một ít người Mèo và người Mán. Những dân ấy ở bên Tầu trốn sang Đông-dương vào khoảng giữa thê kỷ trước, ngay lúc người Tầu giết giốc ghê gớm, ở Quê-châu Kouei-tchéou).

Những người Mèo và người Mán là dân ở núi hay phá rừng để **trồng** trọt (người Nam gọi là rẫy, Mèo gọi là bẫy). Họ là những tay **chăn** nuôi giỏi . Lúc nào họ cũng ở trên đỉnh núi, vì họ là dân-thiên-cư, nên ·khó định được hộ-khẩu của họ; khi họ đã đốt rẫy rừng để trồng **trọt** rồi thì chỗ đất ấy không the gieo mạ được nữa, nên cả phường **thiên** đi đốt phá một góc rừng khác.

Ở trong tỉnh Thanh thì người Mèo ở gần Mường-lát thuộc tổng **Lục**-canh và tổng Hữu-thủy về châu Quan-hóa.

Người Mán (tiếng tầu thường gọi là Yao, nghĩa là con hổ) ở về tổng Điền-lư châu Quan-hóa.

Cứ xét về dân cư tỉnh Thanh-hóa thì tỉnh ấy có lẽ thuộc hạt về Bắc-kỳ chứ không phải là một tỉnh trong Trung-kỳ,

V. — *Người Tầu và người Ấn-độ* (les Chinois et les Indiens).

Người Tầu và người Ấn-độ thì hay ở các tỉnh-ly họ lập thành bang.

---

(1) Vì tục ấy nên ở Thanh-hóa có nhiều nhà nung tiểu sành giống những lò ở Thổ-hà (Bắc-giang) ở hương-canh và Ngọc-canh (Vĩnh-yên).

Có bang-trưởng-chánh và bang-trưởng-thứ trông nom mọi việc. Người bang-trưởng giao tiếp với nhà nước, coi việc tuần phòng, chịu trách nhiệm về sưu thuế, phải biên tên những người cùng bang vào sổ thuế, Ở trong tỉnh có một xã Minh-hương là làng những người khách-lai, dân số ước độ hai trăm người.

THÁI-THÚC-HOÀNH,

Vinh, Thành Trung-học-đường Quản-Đốc,

(Phụng duyệt).

THANH-HÓA SỬ KÝ

(APERÇU HISTORIQUE)

Phần nhiều những đứng anh-hùng lẫm-liệt có danh tiếng ở trong Nam-sử đều phát tích ở tỉnh Thanh. Nào là binh-sĩ, nào là văn-nhân, nào là sử-học-gia.

Thật là một nơi chiến trường cốt yếu trong những trận đánh nhau với đô-hộ-Tầu (vua Lê-Lợi) với người Chiêm-thành (về đời nhà Trần) với nhà Mạc (Nguyễn-Kim và Trịnh-Kiểm).

Khi Nguyễn-Kim khôi phục nhà Lê rồi thì thành Tây-kinh ở Thanh-hóa (lập cuối đời nhà Trần) là kinh đô của xứ thuộc quyền về nhà Lê (Bắc-kỳ và Bắc-trung-kỳ) hơn thành Đông-kinh (Hanoi).

Tỉnh Thanh là nơi phát tích đời vua lớn nhất Nước-nam, tức là đời nhà Nguyễn ta. Nhà Nguyễn giết được Chiêm-thành và thu nhập được xứ Nam-kỳ, đức Thế-tổ đã lấy tất cả những xứ nói tiếng Nam từ vịnh Bắc-kỳ đến vịnh Xiêm-la mà lập ra một nước thống-nhất ở dưới quyền ngài đặt tên là nước Việt-Nam.

Dám chắc rằng trong lịch sử nước Nam không có tỉnh nào quan trọng bằng tỉnh Thanh-hóa.

THỜI-ĐẠI-NGHI-SỬ. — (période légendaire).

Nhiều nhà làm sử đã quyết đoán rằng người Việt-Nam dòng dõi ở Tây-tạng. Đó là một vấn đề chưa giải quyết được. Cứ trong vòng học thức của ta ngày nay thì có thể đoán chắc rằng người Nam đã ở đồng-bằng phía nam sông Dương-tử (yang-tsé-kiang) trong mấy thế kỷ. Sau mới kéo về phía nam, xâm chiếm xứ Bắc-kỳ.

Đời Hồng-bàng (2879-258 trước Thiên-chúa) người Nam từ dọc sông Hồng-hà lan xuống đến tỉnh Thanh-hóa. Họ chiếm lấy những chỗ đất tốt, rồi đuổi thổ dân vào núi ở phía tây. Xứ Văn-lang là cơ nghiệp của Hồng-bàng chia ra làm 15 bộ ; bộ Cửu-chân gồm cả tỉnh Thanh-hóa, tỉnh Ninh-bình, tỉnh Nghệ-an và Hà-tĩnh bây giờ. Lúc vua Tầu Tần-Thủy-Hoàng-Đế (246-210 trước Thiên-chúa) đô-hộ thì bộ Cửu-chân (Thanh-hóa, Ninh-bình) sát nhập vào quận Tượng (Bắc-kỳ và Bắc-Trung-kỳ).

Tнờı-ĐẠı Tıɴ-sử (période historique).

I. — *Từ đời nhà Triệu đến nhà Tiền-Lý*. — Nhà Triệu (208-111) đặt tên nước là Nam-việt và chia nước ra làm hai quận: Giao-chỉ (Bắc-kỳ), và Cửu-chân. Quận nầy thì gồm những bộ Cửu-chân, Hoài-hoan (Nghệ-an và Hà-tĩnh) và Việt-thường (Quảng-bình, Quảng-trị, Thừa-thiên).

Trong năm 111 trước Thiên-chúa, nước Nam-Việt thành ra một tỉnh Tàu thuộc về nhà Tiền-Hán. Nhà Hán vẫn gọi Thanh-hóa là Cửu-chân nhưng lấy một phần phía nam lập quận Nhựt-nam (Nghệ-an và Hà-tĩnh).

Những quan đô-hộ Tàu mà chánh sách hay thì ít lắm. Nhưng các quan mà sử còn ghi chép những công nghiệp hay thì có ông Nhâm-Diên là thái-thú quận Cửu-chân. Ông ấy dạy dân cách cấy cày và cách khai khẩn đất-hoang. Một người em ông Sĩ-Nhiếp (187-226) là Thích-sử châu Giao-chỉ, mà những văn chương Việt-nam còn di truyền lại, thì làm thái-thú quận Cửu-chân.

Tính tham-lam và hung-ác của các quan Tàu sinh gây ra loạn. Hai chị em bà Trưng-Trắc và Trưng-Nhị dầy loạn đầu tiên. Hai bà bị tướng Tàu là Mã-viện đánh thua ; trong sử sách không thấy nói rằng tỉnh Thanh-hóa có theo hai bà ; nhưng mà Mã-viện trước khi về Tàu đã dựng cột đồng trụ ở nhiều nơi trong địa hạt, có khắc chữ : « đồng trụ chiết, Giao-chỉ diệt ». Hình như ở Thanh-hóa cũng có trồng cột-đồng-trụ ấy. Mã-viện sai đào một con sông chảy qua tỉnh Thanh-hóa từ bắc chí nam và sai sửa sang hoặc lập những đường sá thứ nhất là con đường quan-lộ bây giờ.

Trong thời loạn-lạc về đời Tam-quốc, thì nhà Ngô trị vì ở Nam-kinh, sửa sang lại quận Cửu-chân trong năm 264 ; lấy Hàm-hoan mà lập quận Cửu-đức mới (Nghệ-an) Địa hạt còn lại thì chia ra làm 7 huyện. Trong khi nội thuộc nhà Ngô có người đàn bà dấy loạn ở tỉnh Thanh-hóa, người ấy cũng được dân bản tỉnh kính phục như hai bà Trưng-Trắc và Trưng-Nhị ở ngoài Bắc-kỳ. Bà ấy tên là Triệu-thị-Âu, quê ở làng Trung-sơn (huyện Nông-công). Dàn sự Cửu-chơn phải quan thích-sử Tàu những nhiễu, hà khắc, bèn theo bà Triệu-Âu. Bà được dân theo đông, mới khởi nghĩa độc-lập, có anh là Triều-quốc-Đạt giúp đỡ, bà đánh được, quân Tàu họ gọi bà là « Lệ-Hải Bà-Vương ». Quân lính gọi bà là « Chúa » sau bà bị Lục-Dẫn đánh thua. Cứ theo truyện huyền-truyền lại thì bại trận rồi bà hóa ra « phúc-thần ». Vua Nam-đế đời nhà Tiền-Lý (thế kỷ thứ VI) nhớ ơn bà đã có oai linh giúp đỡ, khi dẹp loạn ở phủ Hà-trung (Thanh-hóa) nên lập đến thờ bà ở Phú-điền (huyện Hậu-lộc). Đời đời các vua nước Annam vẫn phong sắc cho bà Triệu-Ẩu.

Trong năm 431, vua Lâm-ấp là Phạm-dương-Mại đánh Cửu-chơn và Nhựt-nam cả đường thủy và đường bộ, nhưng mà lại bị thua Đàn-hòa-Chi là Thích-sử, Châu-Giao Sau nầy ta sẽ biết rằng nhiều lần tỉnh Thanh-hóa bị quân Chiêm-thành tàn phá.

Vua khai sáng nhà Tề (479-502) chia Cửu-chơn làm 10 huyện đặt làm ba quận là : Cao-an, An-độ-bàng và Cửu-chơn.

Đến thế-kỷ thứ sáu, Thái-sử Tiêu-Tư (đời nhà Lương) tàn bạo đến nỗi Lý-Bôn (hay là Ly-Bý) dấy loạn và lập nhà Tiền-Lý (544-602) và xưng đế năm 549. Ngài gọi Cửu-chơn là Ái-châu.

II. — *Tỉnh Thanh-hóa sau đời nhà Tiền-Lý.* — Trong năm 607, Ái-châu thành quận Ái-châu-Cửu-chơn gồm bảy-địa hạt trong những địa-hạt ấy có Nhựt-nam (Nghệ-an).

Trong năm 622, nhà Đường sửa sang việc chánh-trị bên Giao-chỉ đặt là « An-nam đô-hộ-phủ » gồm 12 châu ; trong các châu ấy có châu Ái và châu Phúc-lộc (Nghệ-an) là quận Ái-châu-Cửu-chơn cũ. Tỉnh-Thanh-hoá dấy loạn chống với nhà Đường. Tướng là Lê-Ngọc làm quan trấn Ái-châu (Thanh-hóa) về đời nhà Đường và sau làm quan trấn Giao-châu (Bắc-kỳ). Lê-Ngọc không muốn phục quyền nhà Đường, chiếm giữ châu-Ái và tự xưng Hoàng-Đế. Những đền đài mà ông lập lên và những dinh trại của sĩ tốt làm lên chung quanh đấy thành ra làng Trường-xuân (tổng-Thạch-khê, huyện Đông-sơn) ; ở đấy có đền thờ ông ấy.

Trong năm 757, những giặc Chà-và đến xâm phạm địa-giới Trung-kỳ là Châu-Ái (Thanh-hóa) và châu-Hoan (Nghệ-an). Quan Kinh-lược là Trương-bá-Nghi đánh tan được giặc. Vài bốn mươi năm về sau Trương-Châu làm Đô-hộ lại xông vào chiếm lấy thành Châu-Ái và Châu-Hoan, muốn lập thành một nước. Quan Đô-hộ đánh tan được, phá cả thành-quách và chiếm những kho-tảng.

Vua thứ hai đời nhà Đường là Thái-Tôn (627-649) chia châu-Ái làm sáu huyện mà Nhựt-nam lại sát nhập vào Thanh-hóa.

III. — *Từ đời nhà Ngô đến đời nhà Tiền-Lê.* — Ở bên Tàu sau nhà Đường, đến đời Ngũ-đại (907-960), nước Tàu rối loạn lắm. Trong năm 923, một ông quan ở Ái-châu (Thanh-hóa) tên là Dương-đình-Nghệ nhân dịp bên Tàu có loạn, mới khởi nghĩa. Nhưng đến năm 937, ông bị Kiều-công-Tiện giết chết. Kiều-công-Tiện lại bị con rể ông là Ngô-Quyền giết mất. Ngô-Quyền khai sáng nhà Ngô (937). Ông đã mở đường nền đế-vương cho những dòng vua An-nam sau. Cứ theo sử-ký thì nhà Ngô dòng dõi ở Sơn-tây, cũng có sách nói là ở Thanh-hóa. Khi Ngô-Quyền mất thì Dương-tam-Kha (1) soán vị và trị-vì trong sáu năm (945-950). Dương-tam-Kha quê ở Đông-sơn, tỉnh Thanh-hóa. Đến đời con thứ hai Ngô-Quyền là Nam-Tần, trị-vì trong nước lại rối loạn, đời ấy là đời « Thập nhị sứ-quân ». Ông Đinh-bộ-Lãnh (hay là Lĩnh), người ở Hoa-lư (ở vùng sông Đại-hoảng, tỉnh Ninh-bình trước thuộc về Thanh-hóa) dẹp yên được lên làm vua, đóng đô ở Hoa-lư. Ngài phân nước ra làm 12 đạo. Đến đời nhà Đinh mới dùng tên Thanh-hóa để gọi một phần tỉnh bây giờ. Mười hai đạo giao cho Lê-Hoàn (2) coi, quê ở châu Ái (Thanh-hóa). Trong năm 961, về đời nhà Tống, Lê Hoàn thắng được quân Tàu và quân Chiêm-thành. Lê-Hoàn lập lên nhà Tiền-Lê. Đời Tiền-Lê, 12 đạo đổi ra lộ.

IV. — *Về đời nhà Trần*. — Về đời nhà Trần lộ Thanh-hóa gồm ba phủ là : Thanh-hóa (bây giờ là Thiệu-hóa). Cửu-chơn (bây giờ là Tĩnh-gia), Ái-châu (bây giờ là Hà-trung).

Ông Lê-văn-Hưu là một người đầu tiên làm sử An-nam ở về đời nhà Trần. Ông quê ở Thanh-hóa, làng Phủ-lý, huyện Đông-sơn. Bộ sử của ông để nhan là « Đại-việt-sử-ký », xuất bản năm 1272.

Đến nửa thế-kỷ thứ XIII, nước An-nam hai lần bị quân Mông-cổ tàn phá. Bận tàn phá thứ nhất (1257), quân Mông-cổ thua phải lùi. Đến năm 1285, giặc đại thắng bắt nước An-nam phải phục nước Tàu trong mấy năm giời (1285-1287). Vua Trần-Thái-Tôn (1258-1278) và thế-tử là Trần-Nhơn-Tôn (1278-1293) đều trốn ở Thanh-hóa, để luyện tập binh mã đánh đuổi quân Mông-cổ ra khỏi nước An-nam.

Trong khoảng đầu tiên đời nhà Trần (1225-1400), những trận mạc đánh với người Chiêm-thành đều ở tỉnh Thanh-hóa. Đời vua Trần-Đế-Hiện tức là vua Trần-Thuận-Tôn (1380-1383), chiến thuyền của quân Chàm (Chiêm-thành) bị thua ở cửa sông Ngu-giang, là ngã ba

---

(1) Là con Dương-đinh-Nghệ tức là anh vợ Ngô-Quyền.
(2) Theo một bản dịch khác thì ông ấy quê ở Hà-nam.

sông Mã gọi là Lạch-trường, Lê-qui-Ly (1) thắng trận ấy. Một ông nguyên-súy khác là Nguyễn-đa-Phương cùng đánh quân Chàm một trận ghê-gớm ở Thần-đầu (bây giờ là Thần-phù), gần bể ở địa-hạt giáp giới Ninh-bình và Thanh-hóa bây giờ.

Trong khi nước Nam nguy biến thì ở tỉnh Thanh-hóa có một nước nhỏ của quân Chiêm-thành lập lên. Trong năm 1380, người Chiêm-thành chọn một viên trong những viên nguyên-súy người Nam hàng đầu cho ra làm vua; những viên nguyên-súy người Nam ấy đã đầu quân Chiêm-thành ở Đồ-bàn hay là Trà-ban (Bình-định) kinh đô nước Chiêm-thành trong năm 1376, sau trận vua Trần-duệ-Tôn thua, nguyên-súy ấy tên là Húc (2) thường gọi là Ngự-cầu-Vương. Ông vua nhỏ ấy không để dấu tích gì lại cả.

Về đời vua Trần-thuận-Tôn, cuối năm 1389. quân Chiêm-thành lại đến đánh. Lại tàn phá tỉnh Thanh-hóa lần nữa. Những quân tướng, người ở Thanh-hóa, tên là Trần-khát-Chơn quê ở làng Hà-lãng hay là Hà-lương, huyện Vinh-lộc (bây giờ là phủ Quang-hóa) đánh được quân Chiêm-thành ở Hải-triều (tỉnh Hưng-yên). Cách mấy năm sau Lê-quí-Ly sợ ông ấy ăn mất quyền, sai bọn thích-khách giết Trần-khát-Chơn 1398. Chỗ ông ấy chết ở Đông-sơn, gần thành Tây-giai có lập đền thờ. Có hai-mươi-chín làng phụng thờ vị anh-hùng ấy. Vua Tự-Đức có tứ một bài thơ rất hay, và những sự nghiệp của ông ấy đáng ghi nhớ đã xúc cảm nhiều văn sĩ ở Thanh-hóa.

Đến cuối phần thứ nhất đời nhà Trần, Trần-thiết-Độ hay là Trần-thiều-Đê (1398-1400) mới ba tuổi lên ngôi là cháu ngoại Lê-quí-Ly. Lê-quí-Ly làm phụ-chính sai xây một cái thành mới (1397), gọi là Tây-đô, đối với thành Thăng-long cũ (Hanoi) là Đông-đô thành ấy ở tỉnh Thanh-hóa về tả ngạn sông Mã, bây giờ hãy còn. Thành ấy hình chữ nhật, mỗi mặt có cửa tò-vò, chỉ mặt phía đông có cửa Tam-quan. Những tường ở ngoài, tường ở cửa và những đường đi vào thành đều xây bằng đá-tảng. Lập một cái thành như thế, công rất to lớn chỉ tiếc không có bia truyền lại. Cái thành ấy xây ở Yên-tôn-đồng, huyện Vĩnh-phúc, bây giờ thì thuộc về đất làng Tây-giai và Phương-giai, cách phủ lỵ Quảng-hóa ba ki-lô-mét. Ba làng ấy cày cấy đất ruộng trong thành.

---

(1) Lê-quí-Ly thực ra thì người ở làng thuộc phủ Quảng-hoa bây giờ (Thanh-hóa).

(2) là thuộc hoàng-tộc nhà Trần.

Lê-quí-Ly xây xung quanh Tây-đô một cái thành-lũy rộng, dài độ hai mươi ki-lô-mét, gọi là La-thành, trùng tên với thành Đại-la (Hanoi) của Cao-Biền, xây ở trên bờ sông Tô-lịch (cuối thế kỷ thứ IX).

Khi Lê-quí-Ly giữ quyền phụ chánh thì những lộ đổi ra làm trần và lộ Thanh-hóa đổi ra làm trần Thanh-đô (1397).

V. — *Về đời nhà Hồ.* — Trong năm 1400, quan phụ-chánh bắt Thiếu-đế nhường ngôi cho mình. Lê-quí-Ly xưng mình là dòng dõi vua Ngu-Thuấn (thế-kỷ thứ XXV trước Thiên-chúa) và tiên tổ mình là họ Hồ, cho nên đổi tên là Hồ-quí-Ly và gọi Tây-đô là Hồ-thành. Mới trị vì được tám tháng, liền truyền ngôi cho con và giữ quyền trị nước. Nhà Hồ ở Trần-thanh-đô dựng lên phủ Thiên-xương và Ái-châu.

Nhà Hồ tiếm vị không được bao lâu, nhà Minh bên Tầu sang cứu-viện nước Nam ba lần : lần thứ nhất một người dòng dõi nhà Trần xui-giục ; lần thứ nhì quân Chiêm-thành xui giục. Trước hết nhà Hồ thắng trận, chẳng bao lâu bị tướng Trương-Phụ và Mộc-Thạnh đánh chạy trốn vào Thanh-hóa, chực chồng lại lần sau nữa, nhưng mà mất Tây-đô lại thua ở bờ sông Mã rồi chạy vào đến tỉnh Hà-tĩnh thì bị bắt.

VI. — *Cuối đời nhà Trần.* — Nội thuộc nhà Minh. — Nhà Minh cho quân sang cứu viện lần thứ ba, là bởi vì ở Trường-an (thuộc về Thanh-hóa, bây giờ ở về Ninh-bình) người ta tôn một người con vua Trần-nghệ-Tôn (1370-1372), là Trần-đế-Quí, làm làm đều độc ác cho nên làm người giỏi theo ông phải bỏ ông mà tôn cháu ông là Quí-Khoáng lên thay, nhưng mà Quí-Khoáng bị thua ở Thần-đầu (1) trong năm 1412 và phải bắt trong năm 1413. Đến đời ông ấy là hết đời nhà Trần.

Khi nhà Minh đô-hộ lần cuối cùng, thì những phủ Thiên-xương và Ái-châu chia ra làm 19 huyện, có 3 châu : từ bắc chí nam là châu Thanh-hóa, Ái-châu và Chản-châu. Những châu ấy thuộc về phủ Thanh-hóa gồm một phần phía đông bản tỉnh.

VII. — *Đức Lê-Lợi khôi phục nước Nam.* — Những dân Tầu hà hiếp dân và tham lam làm nên người Nam dấy loạn, vị anh-hùng cứu quốc ấy là một người thổ trước tỉnh Thanh-hóa tên là Lê-Lợi, ta thiết nghĩ nên thuật lại truyện ngài.

Vua Lê-Lợi sinh ra tại Lam-sơn, năm thứ chín niên hiệu vua Trần-đế-Hiện (1385). Tổ tam đại là Lê-Hối, quê ở Như-an (1) huyện

---

(1) Giáp giới về phía đông tỉnh Thanh-hóa và Ninh-bình.

Lương-giang (1) (về đời nhà Lê thì gọi là huyện Thụy-nguyên) thuộc về phủ Thiệu-hóa, (bây giờ bỏ đi và sát nhập vào phủ Thọ-xuân) cụ tổ về sau lập gia cư ở làng Lam-sơn (2) thuộc huyện ấy.

Sử-ký chép rằng vua Lê-Lợi là một người đại tài, dung mạo đẹp đẽ, lại thêm dáng dấp lẫm-liệt như rồng và tiếng nói vang như tiếng chuông.

Năm 1418, khi ngài khai chiến thì ngài mới 33 tuổi. Ngài tự xưng là Bình-định-Vương. Ngài là vua thủy-tổ nhà Hậu-Lê (1418-1789) Trước ngài còn đánh quanh làng; sau càng ngày càng thắng thế nên mới dám đua sức với giặc. Ngài lập kinh đô An-trường nay hãy còn di-tích ở làng Yên-trường (tổng Quảng-yên, phủ Thọ-xuân).

Người Việt-nam tỷ ngài như hùm gấu để nhớ đền cái trận bất thần ngài đánh quân Tầu ở miền núi tỉnh Thanh.

Lý-Bân làm quan đô-hộ thay cho Trương-Phụ sai quân đánh ngài, ngài được một trận thắng lớn; về sau chẳng may có nội phản, quân khách lại trả thù lại được. Thua một phen ấy làm cho đẳng phục-quốc mất nhiều tay giỏi, bởi một trận ấy uổng mất bao nhiêu công phu, lại phải lập lại cơ đồ. Nhưng đức Lê-Lợi vẫn vững tâm, còn bao nhiêu quân nhất định đánh lại với quân Tầu một trận nữa; sức kém dùng mưu, chỉ chọn đường đánh vặt, làm cho quân Tầu thiệt hại nhiều. Đánh mãi, thắng mãi, sau rồi cũng đủ sức mà đương trường đòi địch được với Tầu. Đến năm 1419, Lý-Bân thân chinh đến đánh, đức Lê-Lợi được phen này nhất thống hẳn được một phương, và ra khỏi được vùng Thanh-hóa.

Năm 1424 ngài lấy được Tầy-đô, thành từ Lê-quí-Ly giở về sau là kinh-đô thứ nhì nước Nam. Ngài lại thắng nhiều trận ở Thanh-hóa nữa, thứ nhất ở Ung-ai (huyện Cẩm-thúy); ở Đa-căng (Châu Quan-hoa), ở Khôi-sách (huyện Yên-định). Ngài lại phải đánh quân Ai-lao. Trong năm 1421, có người kể lại rằng trong một đêm ngài giết một vạn quân Ai-lao.

Trong năm 1428, ngài tự xưng Hoàng-đế ở Đông-Đô làm Thái-Tổ nhà Lê, lấy hoàng-hiệu là Thuận-thiên.

Ngài đổi lại tên nước và tên các thành, Giao-chỉ thành ra Đại-việt; Đông-đô thành ra Đông-kinh (người Đại-pháp gọi là Tonkin); Tầy-đô thành ra Tầy-kinh.

Ngài lập ra năm đạo bộ-binh và một đạo bộ hải-binh coi các ven bờ Thành-hóa là Thừa-tuyên thuộc về Hải-đạo.

Ngài băng hà trong năm 1433.

---

(1) Bây giờ châu Ngọc-lạc tổng Cốc-xá.
(2) Bây giờ ở tổng Quảng-yên phủ Thọ-xuân.

III. — *Các vua nòi ngôi đức Lê-Lợi.* — Vua nòi ngôi đức Lê-Lợi mà oanh liệt nhất là đức Lê-thánh-Tôn, ngài trị vì trong 38 năm (niên-hiệu Quảng-Thuận từ 1460 đến 1470, niên hiệu Hồng-đức từ 1470 đến 1497); Trong đời Hồng-đức, ngài chia nước ra làm 13 «xứ». Xứ Thanh (Thanh-hóa) gồm bốn phủ, 20 huyện (4 châu và 16 huyện):

a) 8 huyện thuộc về phủ Thiệu-thiên (bây giờ là Thiệu-hóa): huyện Đông-sơn (1), huyện Yên-định, huyện Cẩm-thủy, huyện Thạch-thành, những huyện ấy bây giờ hãy còn gọi như thế); huyện Lương-giang và huyện Lôi-dương (bỏ đi đã mấy năm nay và sát nhập vào phủ Thiệu-hóa và Thọ-xuân); huyện Vĩnh-ninh (bây giờ phủ Quảng-hóa) và huyện Bình-giang (Quảng-tế bỏ đi đã mấy năm nay và sát nhập vào huyện Thạch-thành).

b) 4 huyện thuộc về phủ Hà-trung là: huyện Hoằng-hóa, (bây giờ hãy còn và cải phủ); huyện Tống-nhân sau là Tống-sơn (bây giờ phủ Hà-trung kiêm-lý); huyện Thuần-hựu, đổi làm Thuần-lộc trong năm 1643, đời vua Chân-Tôn, tức vị, bởi vì tên cũ có chữ Hựu trùng tên với đức Hoàng-Đế là Duy-Hựu (bây giờ là Hậu-Lộc); huyện Nga-giang bây giờ là Nga-sơn).

c) Phủ Thanh-vĩnh gồm huyện Nông-cống và huyện Quảng-xương, bây giờ hãy còn và huyện Ngọc-sơn, bây giờ là phủ Tĩnh-gia.

d) Phủ Thanh-đô trước thành Tây-đô ở đây, gồm cả châu Thọ-xuân (bây giờ là phủ Thọ-xuân) châu Lang-quan (bây giờ là Lang-chánh); châu Lương-chính (về đời nhà Trần, châu ấy là châu Sa-mang và Ai-lao (bây giờ là Hứa-bành thuộc Ai-lao), và châu Tam (bây giờ là châu Quan-hóa).

Trong đời Hồng-Đức, vua Thánh-Tôn sai đắp đê, khai sông và khai những sông cũ để lợi việc canh-nông và thương-mại; con sông của Mã-Viện đã đào từ bắc chí nam ở bản tỉnh thì nay lại truyền đào sâu con sông Quảng-nạp, con sông nầy chảy qua huyện Đông-sơn (nay cải phủ).

Nhờ nhà Lê mà nước được cường thịnh, nhưng mà đến thế kỷ XVI, mấy ông vua không biết giữ quyền chính để cho nhà Mạc tiếm quyền và cai trị một phần về phía bắc trong nước.

IX. — *Nhà Mạc thoán vị.* — Trong khi nhà Mạc thoán vị (1527-1538) núi Tam-điệp làm giới hạn cho đất Đông-việt (thành Đông-kinh, Hanoi thuộc quyền nhà Mạc) và đất Tây-việt (thành Tây-kinh ở Thanh-hóa, thuộc quyền nhà Lê).

---

(1) Bây giờ cải phủ.

Đức Lê-Lợi đã khởi nghĩa cứu nước Nam khỏi vòng lao lung Tầu ở Thanh-hóa; tỉnh Thanh-hóa lại được cái vinh-hạnh là nơi phát-tích nhà Nguyễn là họ gây dựng lên nhiều công việc lớn lao cho nước. Ông tổ nhà Nguyễn dẹp yên được loạn lạc trong nước Đại-việt này và khôi phục nhà Lê thì quê ở làng Quí-hương, huyện Tông-sơn (bây giờ là phủ Hà-trung). Ngài húy là Nguyễn-Kim (1467-1545), ngài trung với nhà Lê không chịu phục nhà Mạc, vào ẩn ở Sầm-châu trong miền núi ở phía tây Thanh-hóa. Ngài tôn ông Lê-Ninh lên làm vua, lấy hoàng-hiệu là Lê-trang-Tôn. Vua phong cho ngài là Hưng-quốc-công.

Đức Nguyễn-Kim ở trong rừng núi chỗ biên-thủy tỉnh Thanh-hóa, để luyện tập binh sĩ đánh nhà Mạc. Tỉnh Nghệ, Thanh đều theo ngài, hạ được thành Tây-kinh (1540). Dương-chập-Nhất giữ thành ấy. Trong năm 1545 Dương-chập-Nhất dưng đức Nguyễn-Kim một quả dưa hấu, ngài ăn bị thuốc độc mà mất; khi ấy ngài đang đánh giặc ở Sơn-nam (Hà-đông, Nam-định, Hưng-yên).

Con rể ngài là Trịnh-Kiểm thay ngài. Tổ-tiên Trịnh-Kiểm ở làng Sóc-sơn, huyện Vĩnh-phúc, phủ Thiệu-thiên, tỉnh Thanh-hóa (bây giờ là làng Sóc-sơn phủ Quảng-hóa). Về sau lập gia-cơ ở Nghị-thượng (cách Sóc-sơn ba ki-lô-mét) bây giờ là làng Bồng-thượng, phủ Quảng-hóa. Trịnh-Kiểm nổi nghiệp làm chúa, nhưng mà Nguyễn-Hoàng là con đức Nguyễn-Kim, làm trần thủ Thuận-hóa tự xưng là chúa độc lập.

Lúc bày giờ nước Nam chia ra làm ba phần:

a) Đông-việt (Bắc-kỳ, kinh-đô là Đông-kinh thuộc quyền nhà Mạc).

b) Tây-việt (từ Bắc-kỳ đến phía bắc Quảng-bình) kinh-đô là Tây-kinh. Vua Lê-Trang-Tôn sai sứ sang Bắc-kinh để xin phong và xin Tầu cấp quân đánh nhà Mạc thì vua Tầu cho phong vương và nhận Lê-trang-Tôn là vua chánh-thống.

c) Thuận-hóa (từ Quảng-bình đến cả Quảng-nam) thuộc quyền đức Nguyễn-Hoàng; ngài gây dựng lên Nam-kỳ (1556), kinh-đô Ái-tử (1), ở làng thuộc về phía bắc thành Quảng-trị bây giờ.

Nhà Lê đánh nhau với nhà Mạc trong một thế-kỷ rưỡi.

Khi thì quân nhà Lê tiên ở phía Hanoi, khi thì nhà Mạc đánh đến Thanh-hóa và đến tận Nghệ-an. Hai lần nhà Mạc xông vào Thanh-hóa (năm 1560 và 1570). Trận to nhất là trận đánh ở Quan-An trong tỉnh Thanh-hóa ở trên bờ Sông Đại-la (sông Mã) gần núi Kim-sơn và

---

(1) Kinh-đô thứ hai của ông Nguyễn-Hoàng à Trà-bat gần Ái-tử.

Chợ-ông, trong huyện Yên-định ; đoạn quân của Mạc-kính-Điển bị phá tan (1570) và Mạc-kính-Điển trốn mãi mới thoát được.

Trịnh-Tùng nồi nghiệp Trịnh-Kiểm lấy được Đông-kinh (1592).

Nhà Mạc thất thế. Nhưng mà những tỉnh Mạc còn chiếm giữ ở phía bắc thì còn lắm giặc giã Mạc tụ họp trong vòng hơn nửa thế-kỷ nữa ; hễ cứ bận nào nhà Trịnh đi đánh nhà Nguyễn ở phía nam thì lại sợ quân nhà Mạc đến đánh ở phía bắc. Cho nên trong những cơn hiểm nghèo thì nhà Trịnh thường bỏ Đông-kinh mà vào ẩn ở Tây-kinh (Thanh-hóa) là kinh đô nơi thuộc quyền nhà Lê (Bắc-Trung-kỳ và Trung-kỳ). Cho nên khi các quan ở Trung-châu Bắc-kỳ khởi loạn trong năm (canh-tý) (1600) thì Trịnh-Tráng cùng với vua vào ở ẩn Thanh-hóa. Khi Trịnh-Tráng (năm đinh-mão), (1627) đem quân đều đánh Sãi-Vương (đức Nguyễn-phúc-Nguyên là Hi-Tôn Hiếu-Văn), chúa thứ hai ở Nam-hà, thì đem cả của cải châu báu đi cho vững vàng hơn vì chắc rằng làm thế nào những đảng theo nhà Mạc cũng trở vào đánh mình. Vua Lê-Thần-Tôn đi với Trịnh-Tráng vào đánh Nam-hà phải trở về Tây-kinh.

X. — *Nhà Nguyễn đánh nhà Trịnh*. — Nhà Trịnh chuyên hết cả quyền chính lớn, nhà Lê không có quyền bính gì nữa.

Nhà Nguyễn đánh nhau với nhà Trịnh vì nhà Trịnh tiếm vị. Nguyễn với Trịnh khởi sự đánh nhau vào khoảng giữa thập-lục thế-kỷ (1620) mãi đến đầu thập-bát thế-kỷ mới thôi (1775).

Trong năm 1558, đức Nguyễn-Hoàng vào Thuận-hóa, có nhiều người đi theo ngài. Những người đồng-châu-quận đều có lòng luyến-ái vì ngài có danh tiếng thắng trận, có đức-tính tốt, lại nhờ có thanh-thế của đức hoàng-Khảo. Nhiều ông quan và binh-sĩ đều theo ngài định sinh-cơ lập-nghiệp. Sách « Khâm-định Việt-sử thông giám cang mục » và « Đại-Nam thật-lục tiền-biên » có nói rằng nhiều người đi theo ngài. Những quan văn võ theo ngài đều giúp ngài được nhiều công việc và giúp cả các chúa kế-nghiệp ngài để khai thác và chỉnh đồn lấy đất Nam-hà. Phần nhiều các quan ấy là người ở Thanh-hóa nhất là ở Tông-sơn (bây giờ phủ Hà-trung) là quê hương của ngài.

Những trung thần có tiếng nhất của đức Nguyễn-Hoàng và của các chúa kế-nghiệp ngài là :

Ông Trương-Trà và phu-nhân đánh được giặc Mỹ-lương ở Quang-trị ; nguyên là người Tông-sơn.

Ông Đào-duy-Từ là người có công xây lũy Trường-dục và lũy Đồng-hới ; ông là một nhà văn-sĩ có tiếng, một nhà chính-trị giỏi-giang, ông sinh ra năm 1571, người ở làng Hòa-trai, huyện Ngọc-sơn (bây giờ là phủ Tĩnh-gia).

Ông Nguyễn-hữu-Dật cùng với ông Đào-duy-Tứ xây thành lũy ; ông đứng đầu những toán quân đi đánh người Bắc-kỳ. Ông là người ở Quí-hương (Tòng-sơn) sinh ra năm 1603 và mất năm 1681.

Ông Nguyễn-hữu-Tân (1601–1666) là một tay bảo-quốc vững-vàng làm đại-tướng trong trận đánh ở Nghệ-an (1655 1661). Ông người ở huyện Ngọc-sơn (Tĩnh-gia).

Ông Nguyễn-cửu-Kiều hay là Nguyễn-phúc-Kiều có công trong trận đánh ở Nghệ-an ; ông là người Tòng-sơn lấy con thứ ba đức Sãi-Vương, kê nghiệp đức Nguyễn-Hoàng.

Những hoàng-phi, hoàng-hậu về đời nhà Nguyễn phần nhiều là người ở Thanh-hóa, có hai họ : họ Tòng và họ Trương đều ở Tòng-sơn cả.

Các quản-thần nhà Trịnh mà quán ở Thanh-hóa thì chỉ biết có quận-công Lê-văn-Nghĩa, đánh Tây-sơn (thế-kỷ thứ XVIII) tử trận ở bãi Việt về huyện Ngọc-sơn (bây giờ là Tĩnh-gia).

Nhà Trịnh và nhà Nguyễn đánh nhau mãi , đến mãi năm 1775, mất thành Huế mới thôi, Trịnh-Sâm hay là Sum thắng trận tiền vào mãi đến Quảng-ngãi. Thủy-binh tỉnh Thanh-hóa cũng dự vào đạo quân đi đánh trận.

XI. — *Tây-sơn.* — Ba anh em Tây-sơn là Nguyễn-văn-Nhạc, Nguyễn-văn-Huệ, và Nguyễn-văn-Lữ dấy loạn.

Con Trịnh-Sum là Trịnh-Khải bị Tây-sơn đánh thua trong năm 1786 và phải tự tử. Trịnh-Phùng là chúa rốt, nối nghiệp cho Trịnh-Khải cũng bị Tây-sơn đánh thua rồi biến mất. Quân Tây-sơn bắt vua chót nhà Lê là Lê-mẫn-Đế, vua phải trốn sang Tàu năm 1789.

Anh em Tây-sơn chia nhau làm vua trong nước, Nguyễn-văn-Huệ lấy Bắc-kỳ và phía bắc Trung-kỳ (kinh-đô Huế) ; Nguyễn-văn-Nhạc thì lấy phía nam Trung-kỳ (kinh-đô Qui-nhơn) còn Nguyễn-văn-Lữ thì lấy Nam-kỳ (Kinh-đô Saigon).

XII. — *Đức Thế-tổ Cao-hoàng-đế.* — Tây-sơn trị-vì không được lâu, vì anh em đánh giết lẫn nhau, nên yếu thế đi. Đức Nguyễn-Ánh có người Đại-pháp giúp nên thắng được Tây-sơn. Người Pháp có công nhất là đức cha Bá-đa-Lộc (1) giúp đức Cao-Hoàng luyện tập binh lính và chỉnh đồn binh-thủy, quân-bộ.

---

(1) Pigneau de Bébaine, évêque d'Adran.

Trong năm 1800 đức Nguyễn-Ánh lên ngôi hoàng-đế ở Hà-nội.

Ngài thụ phong nước Tầu và lây hoàng-hiệu Gia-Long. Ông Thủy-Tổ là Nguyễn-Hoàng, hai thế-kỷ rưỡi về trước đã gây dựng đề-nghiệp trong xứ Thuận-hóa, nhưng nhờ có ngài thì nhà Nguyễn mới được cường thịnh vậy.

Khi ngài đã thu phục hết các dàn-tộc nói tiếng nam và đã dẹp-loạn an-dân rồi thì ngài lo sửa sang việc cai-trị.

Tỉnh Thanh-hóa thật có cái vinh-dự đã phát tích được đế-vương có công đức lớn lao nhất là nhà Lê và nhà Nguyễn.

XIII. — *Tỉnh Thanh-hóa về thập-cửu thế-kỷ.* — Năm thứ mười-một đời Cảnh-Hưng, (1750) vua Lê-hiển-Tôn (1740-1786) chia Thanh-hóa làm Thanh-hóa-nội (Thanh-hóa bây giờ) và Thanh-hóa ngoại (Ninh-bình bây giờ) Nhân dân hai tỉnh ây đền bây giờ vẫn con gọi như thế.

Năm Minh-Mạng nguyên niên (1820) sát nhập Thanh-hóa vào Trung-kỳ (1) Năm 1828 ngài lây ba xứ lào sát nhập vào Thanh-hóa để lập phủ Trân-nam, phủ ây có ba huyện là Man-duy, Trình-cô và Sầm-nứa. Đền năm 1831 Thanh-hóa thành ra một tỉnh.

Trong năm 1838 mới lập huyện Mỹ-hoa, nay sát nhập về phủ Hoàng-hóa.

Năm 1841 đức Thiệu-Trị lên ngôi, mới cải tên Thanh-hoa (華) làm Thanh-hóa vì chữ hoa trùng tên húy bà Hoàng-thái-hậu. Cũng vì lẽ ây mà Quảng-hoa, Thiệu-hoa, Mỹ-hoa, Quan-hoa đều gọi là Quảng-hóa, Thiệu-hóa, vân, vân...

Theo tờ hòa-ước Harmand (25 tháng tám năm 1883 về đời Tự-Đức) phần địa-giới Trung-kỳ như sau này : phía nam từ dẫy núi Đèo-Cả đền mũi đât Padaran (tỉnh Khánh-hòa), phía bắc từ dẫy núi Hoành sơn ra đền mũi đât Vũng-chủa. Như thế thì Hà-tĩnh, Nghệ-an và Thanh-hóa thuộc về Bắc-kỳ nhưng mà theo tờ hòa-ước Patenòtre (6 juin 1884, về đời vua Tự-Đức) đã phân lại địa-giới Trung-kỳ theo như năm Minh-Mạng nguyên niên.

Xét về các phương diện (địa-dư, khí hậu hay là sử-ký) thì tỉnh Thanh-hóa thuộc về Bắc-kỳ là hơn; nhưng nhà-Nguyễn phát-tích ở Thanh-hóa, nên tỉnh ây thuộc về Trung-kỳ là rất phải.

---

(1) Thanh-hóa-ngoại vẫn gọi là Thanh-bình và Ninh-bình từ đời Gia-Long rồi đền đời Minh-Mạng.

Chiếu theo nghị-định ngày 20 tháng năm, năm 1912, ở trong huyện Mau-duy, Sâm-tứ và Sầm-nứa có lập ra một hạt cai-trị thuộc quyền quan công-sứ Thanh-hóa. Miền ấy gọi là Hứa-bành (1). Vài năm sau giao lại trả cho nước Ai-lao (địa hạt Sầm-nứa.)

Mới vài nam nay những huyện Quang-tế, Mỹ-hóa, Thụy-nguyên, Lôi-dương, đều tháp nhập với huyện Thạch-thành, phủ Hoằng-hóa, Thiệu-hóa và Thọ-xuân.

Bày giờ tỉnh Thanh-hóa có 7 phủ, 7 huyện, một tổng Thủy-cơ và năm châu ở miền núi về phía tây ; cả thảy 20 địa-hạt là :

1°) phủ Hà-trung (huyện Tống-sơn cũ) gồm huyện Nga-sơn và huyện
     Hậu-lộc ;
2°) phủ Thiệu-hóa ;
3°) phủ Thọ-xuân (tòa Đại-lý ở Bái-thượng) ;
4°) phủ Tĩnh-gia gồm huyện Nông-công và huyện Quảng-xương ;
5°) phủ Quảng-hóa (huyện Vĩnh-lộc và Vĩnh-phúc cũ) gồm huyện
     Thạch-thành, Cẩm-thủy và Yên-định ;
6°) phủ Hoằng-hóa ;
7°) phủ Đông-sơn ;
     Tổng Thủy-cơ gồm 13 làng.

Những châu là : Châu Quan-hóa (tòa Đại-lý ở Hồi-xuân) châu Ngọc-lạc, châu Lang-chánh, châu Thường-xuân và châu Như-xuân.

Trong năm 1843, đức Thiệu-Trị ngự giá đến bản tỉnh ngài muốn kỷ-niệm ngày tuần thú ấy, nên ngài truyền lập một cái đền ở núi Tam-điệp và truyền sửa lại chùa Long-cảm gần ga Đò-lèn, về phủ Hà-trung. Ngài lại ban cho chùa ấy một cái chuông và một cái bia.

Việc âm-mưu ở Huề đêm hôm 4 và 5 tháng bảy tây năm 1885 (2) không xong nên ông phụ-chính Tôn-thất-Thuyết đưa vua Hàm-Nghi, bà Hoàng-thái-Hậu và mấy ông hoàng-tộc đi lên miền núi tỉnh Quảng-trị trốn để toan sự khởi loạn ở Thanh-hóa, Nghệ-an và Hà-tĩnh. Trong thời loạn-lạc ấy, tỉnh Thanh-hóa là nơi cốt yếu nhất. Khi bỏ Huề đi (11 tháng tám năm Hàm-Nghi nguyên niên) ông Tôn-thất-Thuyết thay mặt vua truyền bá cáo với dân rằng : « Khi nào đánh tau được người Đại-pháp thì đi tìm ta. Ta lập kinh-đô tại tỉnh Thanh-

---

(1) Tước của người Lào phong cho ông chúa quận hạt Lào cai-trị một nghìn người.

(2) Tức là 23 tháng năm năm Ất-dậu (1885).

a

hóa ». Người Đại-pháp thắng trận, cơ-mưu của ông Tôn-thất-Thuyết không thành.

Ở trong thành Thanh-hóa có lập một cái bia ký-niệm những quan võ và những binh lính Pháp-Nam đã vì nước Đại-pháp mà chết trong năm 1885 ở bắc-Trung-kỳ.

THÁI-THÚC-HOÀNH,

Vịnh, Thành-Trung-học-đường Quản-Đốc.
(Phụng-duyệt).

PHỤ-TRƯƠNG

Bài tập đọc về sử-ký.

(LECTURES HISTORIQUES)

Diện tích và danh-hiệu tỉnh Thanh-Hóa thay đổi thể nào.

Nguyên xưa về đời Hồng-bảng, tỉnh Thanh-hóa gọi là bộ **Cửu-chơn**, đất gồm cả Thanh-hóa, Nghệ-an, Hà-tĩnh và Ninh-bình.

Đời Hán bớt một phần về phía Nam là Nghệ-an, Hà-tĩnh bây giờ, mà thiết ra quận Nhựt-nam.

Đến sau Nhựt-nam đổi ra làm Hàm-hoan, lại hiệp về Thanh-hóa.

Đến đời Ngô, Hàm-hoan đổi tên là Cửu-đức, rồi riêng ra **chớ** không thuộc với Cửu-chơn.

Vua Lý-Bôn đổi tên là Cửu-chơn làm Ái-châu, gồm cả Hàm-hoan; nhưng cách ít năm Hàm-hoan lại rời Ái-châu mà làm ra Hoan-châu.

Tên Thanh-hoa xuất hiện từ đời Đinh-bộ-Lãnh, nhưng mà Thanh-hóa lúc ấy chỉ bằng một phần của Thanh-hóa ngày nay.

Cuối đời Trần, Thanh-hoa gọi là Thanh-đô và gồm cả Ninh-bình.

Đến đời Minh, Thanh-hoa-trấn đổi làm Thanh-hoa-phủ.

Vua Lê-Lợi chia Đại-việt ra làm năm đạo; Thanh-hoa là một chỗ Thừa-tuyên thuộc về Hải-đạo, kiêm cả các tỉnh duyên-hải.

Trong niên-hiệu Hồng-Đức vua Lê-thánh-Tôn chia nước Nam làm 13 xứ; Thanh-hoa gọi là Xứ-Thanh gồm cả Ninh-bình bây giờ.

Vua Lê-hiên-Tôn chia Thanh-hoa ra làm hai trấn: Thanh-hoa-nội-trấn và Thanh-hoa-ngoại-trấn, nhưng vẫn thông-thuộc về một hạt.

Thanh-hoa-ngoại, triều Gia-Long gọi là Thanh-bình, triều Minh-Mạng gọi là Ninh-bình.

Đức Minh-Mạng đổi tên các xứ làm các tỉnh và từ đấy tỉnh Ninh-bình riêng tỉnh Thanh-hóa đến bây giờ. Nước Nam chia ra làm **Bắc-kỳ**, Trung-kỳ và Nam-kỳ, nên dãy núi giáp giới Bắc-kỳ thuộc Thanh-hoa (Tam-điệp ⁽¹⁾) thành ra biên-bỉ phía bắc của Trung-kỳ.

Đức Thiệu-Trị lên ngôi, đổi Thanh-hoa gọi là Thanh-hóa (化) vi chữ hoa (華) là một chữ tên húy của đức Tôn-cung.

Theo hòa-ước ngày 24 tháng tám tây năm 1883 thì Trung-kỳ **bắc** giáp Hoành-sơn (Hà-tĩnh), thể là Thanh-hóa thuộc về Bắc-kỳ. Nhưng theo hòa-ước ngày mồng 6 tháng 6 tây năm 1884 thì giới-hạn Trung-kỳ y theo dụ đức Minh-Mạng (giáp Ninh-bình).

---

(1) Ba-Dội.

DANH-THẮNG VÀ CỔ-TÍCH

I — CHÂU QUAN-HÓA

Làng Cổ-lũng. — Khi Mạc-đăng-Dung soán vị nhà Lê, vua Lê-chiêu-Tôn tị nạn vào Thanh-hóa.

Mạc-đăng-Dung bắt ngài hạ ngục và xử tử.

Cách một năm Đăng-Dung bắt ông hoàng-đệ tên là Thung phải tự tử. Đăng-Dung bắt họ Nguyễn theo mình, mà họ Nguyễn quyết không nghe, giữ một lòng trung với chúa.

Đức Nguyễn-Kim tị nạn qua ở Sầm-châu về đất vua Ai-lao là Sạ-đầu. Ngài tôn ông Hoàng-tử Ninh lên làm vua hiệu là Lê-trang-Tôn.

Ngài hội cả những người trung nghĩa với Lê tại sách Cổ-lũng (tổng Cổ-lũng, châu Quan-hóa), tu-chỉnh quân-quan đánh đuổi Đăng-Dung ra khỏi Thanh-hóa, đặng khôi phục Lê-Triều.

Khi quân thể đã mạnh, ngài vào lấy lại Nghệ-an rồi ra vây Tây-kinh (Hồ-thành); lúc bấy giờ người giữ Tây-kinh là Thái-giám Dương-chập-Nhất. Năm thứ tám niên-hiệu Nguyên-Hoà đời vua Trang-Tôn (1540), ngài lấy được Tây-kinh thể là Thanh-hóa ra khỏi tay họ Mạc. Họ Mạc phải lui ra Bắc-kỳ.

II. — PHỦ HÀ-TRUNG

1) *Làng Quí-hương.* — Là làng chánh quán nhà Nguyễn. Làng đức Nguyễn-Kim ở đó.

Đức Nguyễn-Kim là Công-thần trung-hưng nhà Lê, mà chúa khai cơ nhà Nguyễn, nên sau đức Gia-Long truy tôn: Triệu-tổ-Tịnh hoàng-đế, lăng ngài hiệu là Trường-nguyên. Núi chố lăng ngài, đức Minh-Mạng đặt tên là Triệu-Tường.

Trong Dã-sử chép rằng đức Nguyễn-Kim mất rồi, một con hổ cõng vào rừng xanh mà chôn, thể là trời chôn.

Trong Chánh-sử thì chép rằng: « Huyệt đã mở ra như miệng rồng. Quan-cữu vừa để vào thì miệng rồng ngậm lại, rồi sấm gió nổi lên, người ta kinh hãi chạy hết ».

« Khi trời lặng, người ta trở lại xem thì thấy đá núi liền nhau, cỏ cây xanh tốt, không nhìn ra huyệt ở chỗ nào ».

Tại miếu Triệu-Tường, trong khám sơn son thiệp vàng thấy bài vị đề thụy hiệu đức Nguyễn-Kim : « Triệu-tổ, Di-mưu, Thùy-dũ, Khâm-cung, Huệ-triệt, Hiển-hộ, Hoàng hữu, Tế-thế, Khải-vân, Nhơn-thánh, Tịnh-Hoàng-đế ».

Miếu Triệu-Tường lập năm thứ hai, niên hiệu Gia-Long. Đức Minh-Mạng sắc xây hai lớp thành chung quanh miếu. Thành ngoài có cửa lầu, xây về hướng nam. Chung quanh thành ngoài, có hồ rộng, đầy nước, trên có cầu vồng gạch. Có thành trì như thế, nên chỗ miếu xem giồng một nơi tỉnh thành.

2) *Cửa Thần-phù, làng Chính-đại.* — Phía bắc tỉnh Thanh-hóa có núi Nga-sơn.

Về đời nhà Triệu, bể liền với núi ấy. Lúc bây giờ ở nơi ấy có cửa bể lớn ; sông Thần-phù Ninh-bình và sông Hoạt Thanh-hóa lưu-chu về đó.

Thuở ấy muốn đi Giao-chỉ qua Cửu-chơn, thuyền phải ngang qua bể Thần-phù. Đàng ấy nguy-hiểm lắm, vì đá-rạn nhiều, ngày bão lụt thuyền hay bị vỡ, lại nhiều đụn cát, thuyền năng mắc cạn, phần thì sóng to, làm cho thuyền đôi khi phải chìm.

Vì muốn tránh những sự nguy hiểm ấy, ông Mã-Viện truyền đục một con đàng ngang qua núi, từ Thần-phù qua Chính-đại, lại chồng đá làm đê để ngăn sóng bể. Vì thế người ta gọi núi ấy là Tạc-sơn, cửa bể ấy là Tạc-khẩu.

Ông Mã-Viện lại truyền đào một con sông đi thông Tạc-khẩu, Cửu-chơn và Phổ-dương (Cửu-đức-Nghệ-an) thế là sông chảy theo đàng núi, đi từ Thần-phù qua Chính-đại.

Đến sau Tạc-khẩu gọi là Thần-đầu-Khẩu, rồi đến đời Hậu-Lê lại gọi là Thần-phù. Thần-phù là một chỗ có danh trong Nam-sử.

Năm thứ mười niên hiệu Thái-bình vua Đinh-tiên-Hoàng (979) có một toán thủy-sư Chiêm-thành đến cửa Thần-phù đánh cướp Hoa-lư và Đại-cù-Việt, vừa gió bão nổi lên làm cho quân Chiêm-thành phải tôn vào đá-rạn Nga-sơn mà chết, còn mấy thuyền khỏi đó cũng phải trôn đi.

Năm thứ bảy, niên hiệu Xương-phù vua Trần-đế-Hiện (1383), một toán thủy-sư Chiêm-thành bị ông Nguyễn-đa-Phương đánh đuổi tại cửa Thần-phù.

Năm thứ tư, niên hiệu Trùng-quang (1412) đời vua rốt nhà Trần là Trần-quí-Khoáng, tướng Tàu tên là Trương-Phụ ở đời Minh, qua đánh Đại-Việt cũng tại cửa Thần-đầu ấy.

Người Đại-Việt có nhiều bài thơ và ký-vịnh khen phong cảnh Thần-phù. Ông Nguyễn-trung-Ngạn (đời Trần) ông Nguyễn-Trãi (đầu đời Hậu-Lê) và Lê-thánh-Tôn có làm nhiều bài thơ hay.

3) *Núi Ốc-sơn, chùa Long-cảm, làng Trang-các.* — Khi vua Triệu-Đà đuổi vua An-Dương-Vương đến Cửu-chơn, đóng quân tại núi Ốc-sơn và lập đồn tại đó.

Năm thứ mười một, niên hiệu Thiên-Thuận vua Lý-Thái-Tổ (1028) đi đánh Chiêm-thành cũng trú quân tại đó. Có một đêm, ngài nằm mộng thấy một vị Sơn-thần hứa với ngài rằng sẽ giúp đánh Chiêm-thành. Quả nhiên quân Chiêm-thành bị thua tại Quảng-bình. Lúc yên giặc trở về, ngài truyền lập chùa trên đỉnh núi Ốc-sơn, thờ vị Sơn-thần ấy, tỏ rằng ngài cám ơn Sơn-thần. Chùa ấy ngài mạng danh là Long-cảm.

Năm hai mươi tám, niên-hiệu Kiền-trung vua Trần-Thái-Tôn (1252) đem quân đi đánh Chiêm-thành trú quân tại núi Ốc-sơn. Ngài mộng thấy Sơn-thần hứa để giúp đỡ cho ngài. Quả nhiên ngài thắng trận, bắt được nữ-chúa Chiêm-thành là Bồ-đa-La và vô số quân giặc.

Đức Thiệu-Trị sắc trùng-tu chùa Long-cảm và ban một cái bia lại một cái chuông.

III. — PHỦ QUẢNG-HÓA

1) *Hồ-thành.* — Hồ-thành cũng gọi là thành Tây-giai vì thành xây tại làng Tây-giai.

Năm thứ mười, niên-hiệu Quảng-Thái đời vua Trần-thuận-Tôn (1397), quan phụ-chính là Lê-qui-Ly truyền dời kinh-đô đến huyện Vĩnh-phúc gọi là Tây-đô.

Chung quanh Tây-đô xây một lớp thành đất, dài ước 20 ki-lô-mét, đến nay dấu tích hãy còn.

Kinh-thành xây gần sông Mã. Ngoài có một lớp thành vuông-vức mỗi mặt dài một ki-lô-mét. Bốn mặt đều có cửa vòng nguyệt. Cửa hướng đông xây Tam-quang. Thành xây bằng đá-Thanh (đá-hoa marbre).

Trong thành xây điện-Vua và điện-quan-Phụ-chánh.

Cách ba năm, Lê-qui-Ly soán ngôi nhà Trần rồi đổi họ là Hồ; vì thế nên tên thành gọi là Hồ-thành.

Năm thứ tám, niên hiệu Thiệu-Thành đời vua Hồ-Hán-Thương (1407) tướng triều Minh nước Tàu qua lấy Tây-đô. Trận đánh gần sông Mã, họ Hồ bị thua rồi chạy trốn vào Hà-tĩnh rồi bị bắt,

Vua Lê-Lợi đánh với quân Minh, hai lần lấy được Tây-đô (1420 và 1424). Khi ngài lên làm vua, đổi hiệu Tây-đô là Tây-kinh.

Năm thứ tám, niên-hiệu Nguyên-hòa đời vua Lê-trang-Tôn (1540), đức Nguyễn-Kim đánh nhà Mạc, lấy được Tây-kinh, đóng đô tại Tây-việt, lấy Tây-kinh làm kinh đô; còn họ Mạc thì ở Đông-việt (Bắc-kỳ) Kinh-đô là Đông-kinh (Hanoi). Khi Mạc thua rồi, Đại-việt gồm cả Tây-kinh và Đông-kinh (tiếng Pháp gọi Bắc-kỳ là Tonkin là nguyên chữ Đông-kinh mà ra).

Đời Minh-Mạng, vì Lê-duy-Lương và Nồng-văn-Vân làm phản ở Bắc-kỳ, dụ chỉ phá thành nầy.

2) *Núi Đông-sơn, làng Hà-lương.* — Miều thờ ông Trần-khát-Chơn tại đó.

Sử chép rằng ông Khát-Chơn sanh tại làng Hà-lãng (bây giờ là Hà-lương) về huyện Vĩnh-lộc (bây giờ là phủ Quảng-hóa). Ông có công đánh giặc Chiêm-thành; năm thứ ba, niên-hiệu Quảng-Thái đời vua Trần-thuận-Tôn (1390) ông đánh giết vua Chiêm-thành là Chế-bồng-Nga tại Hải-triều (Hưng-yên, Bắc-kỳ) vi công ấy quyền ông Khát-Chơn thêm trọng giữa triều Tây-kinh, làm cho Lê-qúi-Ly sanh lòng đố-ky mà giết ông đi.

Người ta lập đền thờ ông tại núi Đông-sơn, mười chin làng phụng tự.

Biết bao nhiêu văn nhân nước Nam hâm mộ công nghiệp của ông, đức Dực-Tôn có ban thơ Ngự-chê.

3) *Núi Sóc-sơn và núi Kim-sơn.* — Làng Sóc-sơn là tổ quán của Trịnh-Kiểm, còn Trịnh-Kiểm thì sanh tại Bồng-thượng.

Năm thứ tám, niên-hiệu Thuận-bình, đời vua Lê-trang-Tôn, Mác-kính-Điền từ sông Mã lên, Trịnh-Kiểm ra chận đánh tại khoảng giữa núi Sóc sơn và núi Kim-sơn.

Núi Kim-sơn tục thường gọi là Nham-tôn (núi Ác-sơn). Trong núi có nhiều động; đời vua Trần-thánh-Tôn và Trần-nhơn-Tôn, có giặc Mông-cổ, dân cư chung quanh núi vào trốn ở đầy.

IV — HUYỆN HẬU-LỘC

Làng Phú-điền. — Đền thờ bà Lệ-hải-Bà-Vương ở đó.

Bà nguyên sanh tại làng Trung-sơn, huyện Nông-cồng. Tên bà là Triệu-thị-Ẩu.

Quân Tàu phải bà đánh thua nhớn gọi bà Lệ-Hải-Bà-Vương.

Đương lúc Tam-quốc, bên Tàu, bà nhóm quân Thanh-hóa cự đánh với Ngô, bị quan thư-sử chàu Giao-Chỉ là Lục-Dận đánh thua.

Quân Tàu bị thua bà nhiều trận, sợ bà lắm, nên có những câu thơ như sau nảy:

> *Hoành qua anh hồ dị,*
> *Đòi diện Bà Vương nan.*

Nghĩa là bắt sống con cọp là dễ, chớ chồng cự với Bà-Vương thì khó.

V. — HUYỆN HOẢNG-HÓA

1) *Làng Trịnh-hà.* — Đền thờ vua Triệu-việt-Vương ở đó. Chỗ ấy, nguyên chỗ kinh-đò đời ông Triệu-Đà. Triệu-việt-Vương tên là Triệu-quang-Phục, nguyên là tướng của vua Lý-Bôn. Vua tôi cùng đi đánh với tướng nước Lương bên Tàu (về thề kỷ thứ sáu) đánh được nhiều trận.

Đến trận thua, vua Lý-Bôn chạy trốn; ông Triệu-quang-Phục cứ đánh giặc phải thua; người trong nước gọi là Dạ-trạch-Vương.

Khi nghe vua Lý-Bôn mất rồi, ông Triệu-quang-Phục tự lập lên làm vua, xưng hiệu là Triệu-việt-Vương. Sau bị Lý-phật-Tử đánh đuổi đến cửa Triệu-môn (nay gọi là Lạch-chào, cửa sông Mã) thì chết.

2) *Núi Băng-sơn làng Xuân-sơn.* — Ấy là chánh quán của ông Lê-phụng-Hiều.

Ông làm quan trải đời vua Lý-thái-Tổ và Lý-thái-Tôn, ông đánh Chiêm-thành, có danh vọng lắm. Vua cho ông tất cả ruộng từ núi Băng-sơn đến làng Da-mỹ làm lộc-điền để thưởng công cho ông.

Người đời sau nhân đó có làm ra một chuyện gọi là « chước-đao-thuê » 斫 刀 悅.

Đức Tự-Đức có ngự-chế một bài thơ hay, vịnh chuyện ấy. Làng Bình-lâm phủ Hà-trung cũng có đền thờ ông, tương truyền ở đầy có dấu bàn chàn của ông in vào đá.

3) *Ngu-Giang Bích-Môn.* — Sông Mã chảy về bề có ba cửa sông; Sông Ngu-Giang là một.

Cửa sông Ngu-giang nầy gọi là Lạch-trường, trong sử gọi là Bích-môn.

Năm thứ sáu, niên hiệu Xương-Phù (1382) đời vua Trần-đế-Hiện, Lê-quí-Ly đánh tàu quân thủy-sư Chiêm thành tại đó.

VI. — Phủ Thọ-Xuân

1) — *Núi Du-sơn, làng Lam-sơn*. — Vua Lê-Lợi sanh tại đó, trong năm thứ chín, niên hiệu Xương-Phủ (1385), đời vua Trần-đế-Hiện.

Vua Lê-Lợi đánh đuổi người Minh, lấy Đại-việt lại, thiệt là vua phục quốc nước Nam. — Sau ngài băng hà (1433) táng tại Du-sơn ; lăng ngài gọi là Vĩnh-lăng, có quan tướng đồng thời với ngài là Nguyễn-Trãi đề bia dựng đó.

2) — *An-trường*. — Vua Lê-trang-Tôn lập Hành-cung tại làng An-trường.

Mạc-đăng-Dung lấy cung An-trường trong năm 1526, đến năm 1540, đức Nguyễn-Kim lấy lại.

Khi Mạc-kính-Điển đến cướp Thanh-hóa, đóng đồn tại trước mặt cung An-trường, có Lê-cập-Đệ giữ vững, Tướng-Mạc phải bỏ đồn trốn đi.

An-trường làm chỗ Hành tại cho vua Lê. Sau bị quân Tây-Sơn phá, chỉ còn dấu tích bụi rậm che lấp.

VII. — Phủ Đông-Sơn

1) — *Núi Đông-sơn*. — Tại núi làng Đông-sơn có lăng vua Lê-thê-Tôn và lăng vua Lê-hi-Tôn.

2) — *Trường-xuân*. — Làng ấy đóng tại chỗ Kim-thành của Lê-Ngọc-Hoàng-Đế thuở xưa. — Lúc đời Tùy (589-612), Lê-Ngọc làm Thứ-sử Ái-châu (Thanh-hóa) rồi sau làm Đô-hộ Giao-châu (Bắc-kỳ, Khi Lương-Tiên cướp ngôi nhà Tùy, Lê-Ngọc nhơn bên Tàu có nổi loạn, mới lập riêng một nước tự xưng Vương, đóng đô tại Đông-phô-ấp, hiệu là Trường-xuân-Lương-Tiên bị vua khai quốc nhà Đường đánh giết (vua Đường tự 618 đến 907). Lê-Ngọc bị quân Đường đánh thua tại Giao-Châu, lui vào Thanh-hóa, cũng bị thua nữa. Sau chết, chôn tại Trường-xuân, có miếu thờ ở đó.

3) *Núi Mại-sơn* : Tục là Kỳ-lân-sơn. — Đó là làng Điển-thụy, là chỗ quán vua Lê-Hoàn, vua khai quốc đời Tiền-Lê. Tại núi Mặt-sơn có miếu vua Lê-Thần-Tôn, trong có tượng ngài và tượng sáu bà Hậu.

4) *Lê-Miêu và Lăng.* — Miêu Lê xưa tại làng Lam-sơn. Đời đức Minh-Mạng, dời qua Bồ-Vệ, hiện nay là làng Kiêu-Đại, tục thường gọi là « Cầu-Bồ ».

Một năm quốc tế một lần.

Tại làng Bồ-vệ có lăng vua Lê-Kính-Tôn và lăng vua Lê-Anh-Tôn.

VIII. — Phủ Tĩnh-Gia

Đời xưa gọi là Ngọc-sơn.

Đền Ngọc-Công-Chúa. — Tại thôn Hà-nẫm, làng Yên-hóa, có núi Ngọc-úc : trên núi có đền bà Ngọc-Công-Chúa, đền bà Ngọc-Khê và Giêng-Tiên-ngọc.

Vua An-Dương-Vương bị Triệu-Đà đánh thua tại Bắc-kỳ ; chạy trốn vào Thanh-hóa. Bị giặc đuổi theo vua và con gái vua là My-Châu chết tại phủ Tĩnh-gia.

Chồng bà My-châu là Trọng-Thủy, con ông Triệu-Đà theo cứu bà mà không kịp. Lúc đến thây bà đã chết, ông ta buồn nhảy xuống giêng mà chết. Giêng ấy người ta gọi là « Ngọc-Tỉnh » vi ai được ngọc-trai đem đến rửa nước giêng ấy thì ngọc sáng tốt lắm. Tại nơi bà My-châu chết, người ta có lập đền thờ gọi là đền Ngọc-Công-Chúa

Sự nầy theo tục truyền thì như thế, nhưng theo trong quốc-sử thì vua Thục-An-Dương-Vương cùng với My-Châu chạy tới chân núi Mộ-dạ thuộc phủ Diễn-châu, tỉnh Nghệ-an. — Tới đó cùng đường vua mới kêu thần Kim-qui tới cứu, thần Kim-qui hiện lên nói rằng : « Giặc ở cạnh mình, chạy đâu cho khỏi ». Vua hiểu ý, giết nường My-Châu rồi xuông bể biên mất.

CUỘC CHIẾN TRANH, KỊCH LIỆT CỦA NGƯỜI NAM-VIỆT TẠI TỈNH THANH-HÓA

(LE THANH-HÓA THÉÂTRE DES GRANDES ÉPOPÉES ANNAMITES)

I — NGƯỜI TRONG NƯỚC TRANH DÀNH NHÂU

An-Dương-Vương cướp ngòi của Hồng-Bàng, sau bị Triệu-Đà đánh, phải bỏ Bắc-kỳ chạy vào trốn ở Thanh-hóa, bị Triệu-Đà đuổi theo đánh mấy trận đều thua, chạy đến phủ Tĩnh-gia cùng đường phải chết.

Lý-Bý khi đã đánh được Tiêu-Tư, thứ sử Tầu, lên làm vua lập ra đời Tiền-Lý. Hiệu nước là Vạn-xuân. Sau bị tướng đời Lương là Dương-Phiêu và Trần-bá-Tiên đánh thua, phải chạy trốn. Song có tướng của ngài là Triệu-Quang-Phục đánh hơn được quản Tầu.

Khi ngài mất rồi, Quang-Phục lên làm vua, hiệu là Triệu-Việt-Vương.

Lý-phật-Tử giết Triệu-Việt-Vương tại trận đánh nơi Thanh-hóa,

Triệu-Việt-Vương mất nước, sự tích giồng như An-Dương-Vương con gái Triệu-Việt-Vương là Kiều-Nương, lén cha, đem « long trảo cho chồng xem ; chồng là Nhã-Lang con Lý-phật-Tử.

« Nhã-Lang ăn cắp long trảo đem về cho Phật-Tử ; vì thế nên Triệu phải thua.

« Việt-Vương bị đuổi đến cửa Triều-môn sông Mã rồi chết ».

Trong lúc Mạc soán, những người trung nghĩa với Lê và những người đồng-đẳng với Mạc năng đánh nhau ở tỉnh Thanh-hóa,

Khi Mạc-đặng-Dung đã soán ngôi rồi, vua Lê-chiêu-Tôn ty-nạn vào Thanh-hóa. Đăng-Dung theo bắt ngài, hạ-ngục tại đó rồi giết.

Tỉnh Thanh-hóa lúc bấy giờ về Mạc cai trị.

Đức Nguyễn-Kim lo khôi phục nhà Lê. Ngài hội những người trung nghĩa với Lê tại núi ở châu Quan-hóa để đánh đuổi họ Mạc.

Năm thứ tám, niên-hiệu Nguyên-hòa (1540), vua Lê-trang-Tôn. Khi đức Nguyễn-Kim lấy được Nghệ-an rồi Ngài đánh với Mạc tại Thanh-hóa, lấy được Tây-kinh, họ Mạc phải trốn ra Bắc-kỳ.

Đến niên-hiệu Thuận-Bình, đời vua Lê-Trung-Tôn, Mạc lại vào lần Thanh-hóa. Nhưng Mạc-kính-Điền vừa lên sông-Mã, Trịnh-Kiểm chặn đánh cho phải thua. Trận ấy đánh tại khoảng giữa núi Kim-sơn và núi Sóc-sơn, trong năm thứ tám niên-hiệu Thuận-Bình (1555). Từ trận ấy, họ Mạc không khi nào dám trở lại Thanh-hóa nữa.

Năm thứ bảy đời chúa Duệ-Tôn (1) Nam-kỳ (1771). Tây-sơn nổi loạn, cướp cả ngôi chúa Nguyễn, vua Lê.

Đánh tại Thanh-hoá nhiều trận, kịch liệt nhất là trận đánh tại bãi Vệt (phú Tỉnh-gia) trong năm đầu niên hiệu Chiêu-Thông (1786) đời vua Lê-Mận-Hoàng-Đề.

Lúc bây giờ tướng bên Lê là Nguyễn-trung-Nghĩa ông này có công với Lê nhiều, nên cho đổi họ theo họ nhà vua, gọi là Lê-trung-Nghĩa, và cho tước là Mẫn-Quận-Công.

Chánh quán ông ở Nhuệ-Thôn, làng Yên-Hoạch, bày giờ hiện có miêu thờ.

Ông bị thất trận và bị Tây-sơn giết tại bãi Vệt.

Tây-sơn phá hại cả tỉnh Thanh-hóa, nhất là phá đồ thờ, tượng thờ và chuông đồng ở các miêu, các chùa, đem về đúc súng, đúc tiền, đảo phá cả lăng-mộ ; phá biết bao nhiêu là đền chùa và cổ tích.

Thề thì An-Trường và Tây-đô cũng chắc là Tây-sơn phá.

II. — ĐÁNH VỚI TẦU

Lúc Tam-quốc bên Tầu, Nam-Việt thuộc về Ngô. Ngô lúc bây giờ đóng đô tại Nam-kinh (thề kỷ thứ ba).

Lúc ấy có bà Nữ-tướng tên là Triệu-thị-Âu với anh bà là Triệu-quốc-Đạt, lại có tướng giúp bà là Vương-Thiện, Lăng-Long, Bảo-Túc. Tôn-Thận nổi cờ khởi nghĩa trong quận Cửu-chân

Bà khởi sự làm tướng từ năm hai mươi tuổi, đến năm hai mươi ba tuổi, mất tại trận.

Bà đánh hơn được nhiều trận, sau phải thua tướng Tầu là Lục-Dận.

Sử Tầu biên tên bà là Lê-hải-bà-Vương. Khi Lương-Tiên soán ngôi Tùy (612), nước Tầu biên loạn.

Quan Đô-Hộ Giao-châu là Lê-Ngọc, Nhơn nhịp ấy lập Giao-châu làm một nước tự-chủ, đóng đô tại làng Trường-xuân, tỉnh Thanh-hóa.

Chia nước Nam cho con mình : Con đầu là Ích-Trí cai-trị Cửu-chơn, hai người con thứ là Trung-Quốc, Tả-Quốc và con gái là Trưng-Liệt, thông lãnh quân Bắc-kỳ, đánh với Tầu mãi đến ba năm.

Vua Hưng-Quốc nhà Đường (618-907) sai quân qua đánh Lê-Ngọc, Lê-Ngọc bị thua trận tại Bắc Kỳ, ty nạn vào Cửu-Chơn, ở đó đánh với Tầu mãi đến ba năm, sau bị một trận thua phải chết.

Đời Vua Trần-Thánh-Tôn và Trần-Nhơn-Tôn, nước Đại-Việt hai lần bị quân Mông-Cổ tàn phá Bận tàn phá thứ nhất (1257), quân giặc đã lui binh. Đến năm 1285, giặc đại thắng bắt Đại-Việt phải phục Tầu trong mấy năm giời (1285-1287).

---

(1) Duệ-Tôn Hiệu-định hoàng-đế, Đinh-Vương.

Vua Trần-Thánh-Tôn và Thê-tử là Trần-Nhơn-Tôn (1278-1293), đều trốn ở Thanh-hoá để tập luyện binh mã, đánh đuổi quân Mông-Cổ ra khỏi đất Đại-Việt.

Tàu cai-trị nước Nam lần tôi-hậu là thuộc vào đời Minh. Người Annam với quân Minh năng đánh nhau tại Thanh-hoá. Khi bị thua quân Minh tại Bắc-Kỳ, họ Hồ chạy vào trấn Thanh-Đô (Thanh-Hóa) chồng cự với tướng Tàu là Trương-Phụ và Mộc-Thạnh.

Hồ bị Trương-Phụ vây tại Tày-Đô, may mà thoát được. Trương-Phụ đuổi theo đền sông Mã. Đánh cho Hồ phải thua nữa, mà Hồ cũng thoát được chạy vào đền Hà-tĩnh mới bị bắt giam rồi điệu về Tàu.

Tại Thanh-Hoá, người Annam đánh với quân Tàu mãi, bởi thế nên Minh cai-trị nước Nam khó nhọc lắm.

Người đối địch với Tàu có danh tiếng nhất là vua Lê-Lợi; ngài đánh với Tàu nhiều trận, rồi lấy lại được nước Nam.

Ngài hội quân tại Lam-sơn. Nhờ có tướng là Nguyễn-Trãi, Trần Hãn, Lê-Lai, ngài đánh hơn được tướng Tàu là Lý-bàn, Mã-kỳ và Trần-Trí.

Về cuộc chiến-tranh ấy những trận đánh tại Khôi-sách (Huyện Yên-định), Ung-ải (Huyện Cẩm-thủy), Đa-căng (Châu Quan-hóa) là những trận to nhất ở Thanh-hóa. Rồi đức Lê-lợi lấy Tây-đô

Khi ngài đã toàn thắng quân Minh tại Bắc-kỳ, Minh phải chịu cho ngài làm Vua nước Nam. Từ ấy nước Đại-việt thoát khỏi tay Tàu.

Vua Lê-lợi xưng đế và cải hiệu nước Nam là Đại-việt.

III. — ĐÁNH VỚI CHIÊM-THÀNH

Đời thượng cổ từ Hoành-sơn (Hà-tĩnh) trở vào Nam, quân Mã-lai (Malais) ở cù lao Qua-oa (Phi-luật-tân, Philippines) đến lập đô hội tại đó, gọi là Lâm-ấp, Chơn-lạp, Chiêm-thành.

Trong sử Thái-tày gọi tất cả ba nước ấy là Champa, dân ba nước ấy là Chàm.

Theo sử Đại-việt thì người Chàm là quân ăn-cướp-bộ và ăn-cướp-thủy, chuyên nghề đi ăn cướp những nước lân cận. — Bị người nước Nam đánh cho nhiều lần dữ tợn mà cũng không chừa.

Lúc nước Nam thuộc về Tàu trong đời Tống (431). Vua Lâm-ấp, tên là Phạm-dương-Mại ra đánh Nhựt-nam (Nghệ-an) và Cửu-chơn (Thanh-hóa) quân bộ và quân thủy đã đông lại mạnh; bị quan Thứ-sử Giao-châu là Đàn-hoà-Chi đánh cho phải thua.

Đến đời Đường (757) quân ăn-cướp ở Mã-lai thuộc về nước Qua-oa đến cướp Châu-hoan (Nghệ-an) Châu-ái (Thanh-hóa). Quan Kinh-lược tên là Trương-bá-Nghi đánh đuổi.

Cách độ hơn bốn mươi năm, chúng nó lại đến ăn cướp và lấy được hai châu ấy, sau bị quan Đô-hộ tên là Trương-Châu đánh cho phải thua.

Năm thứ mười, niên hiệu Thái-bình (979) đời vua Đinh-bộ-Lãnh, một toán quân thủy Chàm, đến cửa Thần-đầu (Thần-phù) quyết lấy Hoa-lư và ăn cướp Thanh-hóa và Bắc-Kỳ, mà bị gió bão vào lộ rạng núi Nga-sơn, thuyền nào còn lại khỏi chìm phải trốn đi mất.

Đến đời Trần, quân Chiêm-thành phá hại nước Nam lắm, may có Trần-khát-Chơn, người Thanh-hóa, dân mới khỏi hại.

Khi đình-thần tôn vua Trần-Nghệ-Tôn, bà Thái-Hậu, vợ vua Minh-Tôn, lại muốn tôn cháu vua Minh-Tôn. Bà lánh qua Chiêm-thành, xui vua Chiêm-thành đến lấy Đại-việt. Lúc ấy người Chàm đến cướp phía bắc nước Nam, cướp phá Thanh-hóa rồi ra Hanoi, lấy của và bắt người đi nhiều lắm. Từ đây Đại-việt khốn khổ không biết là bao nhiêu.

Vua Nghệ-Tôn nhường ngôi lại cho em là Duệ-Tôn. Vua Duệ-Tôn có đánh Chiêm-thành để báo thù, các quan can mãi, ngài cũng không nghe. Quân ngài bị thua tại Đồ-Bàn, kinh-đô của Chiêm-thành, rồi ngài mất tại trận.

Em ngài là Ông-Húc bị giặc bắt, rồi phải hàng phục, vua Chiêm-thành là Chê-bồng-Nga gả con gái cho.

Có quan Đại-sứ tên là Lê-quí-Ly đánh hơn quân bộ và quân thủy của Chàm được nhiều trận; nhưng vì ông ta tham quá, nên nước phải khốn khổ.

Khi được quyền thế lớn giữa triều Trần, ông ta muốn soán ngôi nhà Trần. Bởi thế rồi người Đại-việt chia làm hai đảng, đảng trung với Trần, theo đánh đảng Lê-qui-Ly, người trong nước đánh với nhau, chớ không đồng-tâm, hiệp-lực lo đánh giặc thế-thù, làm cho quân thế Đại-việt một ngày một yếu, không địch lại quân Chàm. Người Chàm thừa cơ lúc Đại-việt có nội-biến, tới cướp phá, làm cho Đại-việt khổ hại không biết mấy lần.

Năm thứ sáu, niên hiệu Long-Khánh, đời vua Duệ-Tôn, Chàm lấy Thanh-hóa và nhiều nơi khác nữa.

Khi Vua Duệ-Tôn tử trận rồi, đức Thượng-Hoàng là Nghệ-Tôn lập con trưởng của vua Duệ-Tôn là Đế-Hiện lên làm vua. Suốt đời vua Đế-Hiện, Đại-Việt bị Chàm lấn cướp luôn. Thanh-hóa bị hai lần, vào năm thứ hai và năm thứ tư, niên hiệu Xương-phù (1377-1380).

Trong năm thứ tư ầy, Chàm làm Chúa cả các tỉnh phía bắc nước Nam (Thanh-hóa, Nghệ-an, Hà-tĩnh.....); Trần phải bỏ Thanh-hóa ra ở Bắc-kỳ. Chê-bồng-Nga làm vua ở Thanh-hóa, phong cho rể là Húc tước Ngư-Cầu-Vương. (Húc là em ngài Duệ-Tôn bị Chàm bắt rồi phải hàng phục).

Năm thứ sáu niên hiệu Xương-phù (1382). Lê-quí-Ly đánh với Chàm tại Thanh-Hóa có hơn được vài trận, lại có đánh quân thủy của Chàm thua một trận tại Ngu-Giang.

Năm thứ bảy niên hiệu Xương-phù (1383), Nguyễn-đa-Phương, đánh quân thủy của Chàm thua một trận tại Thần-đầu phải chạy tròn.

Năm thứ hai. niên hiệu Quang-thái (1389) đời vua Thuận-Tôn, Chàm tới cướp Nghệ-an và Thanh-hóa, Lê-quí-Ly và Nguyễn-đa-Phương bị thua.

Đại-việt gần phải về tay Chàm. May có Trần-khát-Chơn, người Thanh-hóa, đánh Chàm thua nhiều trận dữ tợn, đáng lẽ Chàm không khi nào dám trở lại cướp phá Đại-việt nữa.

Khi Lê-quí-Ly và Nguyễn-đa-Phương bị thua rồi, đức Thượng-Hoàng là Nghệ-Tôn triệu Trần-khát-Chơn đền cậy đánh giặc Chàm. giúp yên nhà nước.

Khi đức Nghệ-Tôn ký-thác việc nước cho Khát-Chơn sử thiệt-lục có chép rằng :

« Khát-Chơn lãnh mạng đức Nghệ-Tôn rồi, khi bái biệt có khóc ; đức Nghệ-Tôn cũng khóc ».

Thê thì biết rằng lúc bầy giờ triều Trần nguy lắm.

Khát-Chơn tu chỉnh trong một năm thành được một toán quân bộ và một toán quân thủy đủ sức đánh hơn được giặc Chàm.

Năm thứ ba, niên hiệu Quảng-thái (1390), Vua Chiêm-thành là Chê-bồng-Nga đem một toán quân thủy đền cướp Đại-việt. — Có một người ngoại thích của Vua Thuận-Tôn tên là Nguyễn-Điệu, giám đốc toán quân thủy ầy, nguyên năm trước, ông ta đã phản quốc.

Có một ông quan Chàm, tên là Ba-lậu-Khê, bị Chê-bồng-Nga quở, sợ phải xử tử, tròn theo quân Nam. Khi toán quân thủy của Chàm đền cửa Hải-triều (Tỉnh Hưng-yên) lúc bầy giờ Khát-Chơn là tướng bên quân Đại-việt, Bạ-lậu-Khê bảo cho Khát-Chơn rằng chiếc thuyền mũi-lục là thuyền của Chê-bồng-Nga. Thê rồi quân Đại-Việt đều chăm bắn vào chiếc thuyền ầy ; Chê-bồng-Nga phải chết, rồi cả toán thủy-sư Chàm rồi loạn.

Nguyễn-Điệu cắt đầu Chê-bồng-Nga đem nạp cho Khát-Chơn Nhưng mà Khát-Chơn cứ chém anh ta, vì tội bất trung với Trần, phản với Đại-Việt.

Đại-Việt thái-bình. Khát-Chơn đem đầu Chè-bổng-Nga về dưng cho đức Nghệ-Tôn. Ngài nhìn đầu giặc mà ban chuyện rằng :

« Mình với Bổng-nga dòm nhau đã lâu, nay mới thấy nhau ».

Từ đây Chiêm-thành không khi nào dám đến cướp Thanh-hóa và Bắc-kỳ nữa. Đời Trần, đời Lê vẫn còn đánh với Chiêm-thành mãi, có trận được cũng có trận thua, nhưng chỉ giáp trận tại giữa Trung-kỳ bây giờ.

Triều Lê lần đất Chiêm-thành đến Quảng-nam.

Đánh lấy sạch đất Chiêm-thành là từ chúa Nguyễn Nam-kỳ.

Người Chiêm-thành chỉ còn lại một đôi làng ở về mấy tỉnh trong Nam.

Lê-Binh,

Thị-độc học-sĩ,
Thuận-hóa Trung-học-Đường Giáo-sư.

(Dịch)

THANH HÓA TÀI SẢN

(LES RESSOURCES)

I. — *Nói về khoáng vật*. — Ở tỉnh Thanh thì việc khai mỏ chưa phát đạt được mây. Người ta mới khai một vài chỗ như là mỏ kẽm ở Quan-sơn về miền châu Như-xuân, mỏ đồng ở Lương-sơn về miền châu Thường-xuân, nhưng mà những mỏ ấy bây giờ đều bỏ cả.

Nhiều hang núi đá như là ở huyện Nông-cống, động Kim-sơn ở phủ Quảng-hóa có thật lắm phân-giơi ở trong, lây về bón ruộng, thu được lợi lắm.

Lại có những mỏ đá lây về dùng được nhiều việc, như là rải sập thuyền, đem lát đường, làm mặt bàn, ghế, vân, vân...

Những mỏ đá to nhất là mỏ ở Quảng-nạp, khai đã mây đời nay ; ở huyện Yên-định, có núi Đồng-cổ, đá ở đây chắc mà kêu, thường dùng làm những cái khánh treo trong các chùa, ở tổng Bồng-thượng và Thanh-xá về phú Quảng-hóa cũng có khai mỏ đá hoa.

Ở Trung-châu thường hay có đất sét rất tốt, cho nên ở tỉnh ly làm nghề nung nặn lại càng phát đạt lắm. Người ta lại tìm được đất thó (Kao-lin) ở Tứ-mỹ về hạt phủ Quảng, đất ấy dùng ở đây để làm bát đĩa sứ.

Có mỏ than ở phủ Hà-trung chưa khai, nhiều nơi như là Kim-sơn, Hàm-rồng, lây được phốt phát (phosphate) cũng khá nhiều.

II. — *Nói về lâm sản*. — Những rừng Thanh-hóa có thật lắm gỗ, nhưng mà khai khẩn rất khó, vì hai lẽ : một là những gỗ tốt (dùng được việc) thì cứ mọc rải rác, hai là đường đi còn ít quá, mà lại ở miền núi, thì sông cũng không đi thuyền được. Thế cho nên ngày trước ở Hàm-rồng trên sông Mã, đã định lập sở máy cưa nhưng mà kinh dinh mây năm trời không xong, hóa lại phải làm nhà máy diêm vậy, mà lại còn thê này nữa : gỗ bồ-đề để làm que diêm và vỏ diêm, lại phải tải ở Tuyên-quang về : những gỗ ở rừng Thanh hóa là : gỗ-lim, vàng-tâm, gội, báng-súng, gỗ-dẻ, gỗ-mít, gỗ-giổi, trầm, tảu, xoan, vân, vân....

Ở rừng tỉnh Thanh lại có cây khác nữa, mà vỏ, lá, quả. rễ, vân, vân, dùng về việc kỹ-nghệ. Như cây tre, cây nứa thì người Mường, người Thái, người Nam dùng được mọi việc, làm lũy rào quanh làng, làm nhà, làm nong, nia, giần, sàng, cần-câu, gọng-vó, làm gầu, làm phên-liếp, mành-mành, thừng-chão, điếu-hút-thuốc, sáo-địch, quyền, vân, vân... Những bương, nứa thì thường lây ở châu Như-xuân, châu Lang-chánh châu Quan-hóa, châu Thường-xuân. Nên biết rằng ở Thanh-hóa có một thứ tre to lá, gọi là luống, tốt hơn các hạng tre; nó dễ uồn bền chặt mà không mọt, hay dùng để làm nhà.

Có nhiều thứ cây leo có nhựa-trun ở huyện Thạch-thành, có thứ cây gọi là « treo-nong » cũng có nhựa-trun. Ở các châu về miền rừng và ở huyện Cẩm-thủy và Thạch-thành, chỗ nào cũng có cây nhựa-trun.

Kể những chỗ bóc quê mà cứ kể thứ tự chỗ nhiều, chỗ ít ra, thì trước hết châu Thường-xuân, rồi đến châu Lang-chánh, châu Quan-hóa, vàn vàn. Quê Thanh không những là có tiếng quê thơm, lại dùng làm thuốc hiệu nghiệm và bổ khỏe. Quê ấy vẫn có tiếng là tốt nhất.

Người ta thường lấy được bạch-đàn ở những châu gần miền Sầm-nứa (thuộc về Lào) vì ở đấy là thổ-sản. Về miền tày-bắc tỉnh Thanh-hóa (như là châu Quan-hóa) và ở tổng Trịnh-vạn về châu Thường-xuân, tổng Lũng-láng về châu Như-xuân thì có cánh kiến,

Củ-nâu để nhuộm mùi nâu, thì thổ sản ở huyện Cẩm-thủy, ở châu Ngọc-lạc và Như-xuân.

Những giồng mày-song thì thật nhiều, nhất là cây-lụi dùng để làm gậy, làm nan-quạt, vàn, vàn.

Ở Thanh lại có cây-sở và cây-sến, dùng để ép dầu. Những cây ấy mọc ở núi đất nơi tiếp giáp phủ Quảng-hóa và phủ Hà-trung.

Huyện Cẩm-thủy, về những mạn rừng thì có nhiều những cây gọi dùng để làm dầu quang cho chóng khô. Không kể những gỗ-nhuộm, lại có cây-vang và cây tè-mộc, mà người dân ở núi thường trồng ở trong rẫy, độ mười, mươi hai năm thì có gỗ nhuộm rất tốt, để nhuộm đồ. Ở trong rẫy những người Mường lại còn giồng những cây chàm nữa.

Cũng ở rẫy những người Mường lại còn giồng các thứ bông sợi thưa và ngắn để dệt vải sặc sỡ và cây gai nữa.

Họ lại còn vào rừng tìm sáp ong dùng để làm nến.

Những đồ làm-sản thì tải bằng bè, để đem xuống Trung-châu.

Ở tỉnh Thanh-hóa sở Kiểm-lâm đã xét ra rằng trong năm 1915 những sơn-sản lấy được nhiều nhất là ở châu Như-xuân mà tải xuống đường sông-Mực; sở Kiểm-lâm ở châu ấy đồng niên thu được là 20.038 $ 44. Sở Kiểm-lâm phủ Thọ-xuân thu được cả thảy là 16.266 $ 37 về những làm-sản ở châu Lang-chánh, Ngọc-lạc và Thường-xuân tải xuống qua sông Am và sông Chu. Còn những sản-vật tải qua sông Mã thì những sở thương-chính ở Nhàn-lộ (Quảng-hóa) và ở Đò-lèn (từ năm 1916) thu thuế được 6.278 $ 54. Tổng cộng số thuế Kiểm-lâm cả tỉnh thì được hơn 600.000 bạc.

III. — *Nói về nghề đánh cá, nghề làm nước mắm, nghề làm muối.* — Những thuyền đánh cá đi ra Lạch-trường và quần đảo

Biện-sơn đề đánh cá: Có nhiều thuyền khách ở Pakhoi (Bắc-Hải) lại đánh cá ở vùng bể Thanh-hóa. Mùa đánh cá của họ mỗi năm là ba tháng, từ tháng mười một đến tháng giêng tây.

Còn những thuyền người Nam đi đánh cá kể đến nghìn chiếc.

Làng đánh cá ở gần Lạch-trường, Ngọc-giáp và Du-độ. Người ta làm nước mắm ở các làng ở gần Lạch-trường, Ngọc giáp và Du-độ vì có nhiều ruộng-muối, cho nên dễ ướp cá. Mùa lấy muối thì bắt đầu từ tháng tư cho đến tháng chín tây thì hết.

Những làng làm muối thì ở gần Lạch-trường và Ngọc-giáp; xứ Ngọc-giáp thì làm nhiều hơn, ở Thanh-hóa mỗi năm lấy được quá ba nghìn rưỡi tấn muối, cho nên thuê muối đồng niên được quá mười vạn bạc.

Về tháng ba, tháng tư và tháng năm tây thì muối cá mất một ít muối.

IV. — *Nói về múc súc*. — Tỉnh Thanh-hóa là chỗ nuôi rất nhiều súc vật có đem trâu bò bán cho Bắc-kỳ. Có hai cái chợ to, là chỗ những người mua bán hay đi lại : chợ tỉnh thì cứ tháng nào đến mồng 7, 17 và 27 cũng có phiên ; chợ Bản (về huyện Yên-định) thì mỗi tháng sáu phiên là : mồng 1, mồng 5, mồng 10, 15, 20 và 26.

Ở chợ tỉnh Thanh thì mỗi năm buôn bán đến một nghìn trâu, chín nghìn bò và chín trăm bê ; ở chợ Bản thì mỗi năm đến ngoại hai trăm trâu và ngoại nghìn bò.

Ở châu Như-xuân nuôi rật nhiều ngựa.

V. — *Nói về việc săn bắn*. — Ở Thanh-hóa lắm giông cầm thú cho nên săn bắn được lợi lắm. Trên rừng thì lắm hổ còn thì chỗ nào cũng có ít nhiều và thường khi nó làm hại quá, đến nỗi có làng phải đi ở nơi khác. Có cả những báo, voi, tê-giác, hươu, nai, bò rừng, gấu, rái-cá, vàn, vàn. Sừng tê-giác thì mỗi chiếc đến một trăm hay là một trăm rưỡi bạc. Một nửa hay là chia ba một phần tiền ấy thì nộp ông Thao là ông Tiên-chỉ ở về miền châu Thái. Gạc-hươu, tỉnh Thanh dùng nấu cao, người Nam cho là tốt hơn gạc-hươu ở các tỉnh khác. Có thứ nhung bán đến ba bốn chục đồng một cặp ; một phần tiền bán thì giả lại cho ông Thao. Nhung-non thì bán ít ra cũng ba chục bạc một cặp.

Còn giông chuột cũng tệ lắm, vì nó phá hại rất nhiều mùa màng ở nơi gần mạn rừng núi, cứ đến mùa tre dang có hoa, thì năm sau có chuột. Giông tre ấy róng thật dài, các rừng về dẫy núi Trường-sơn Trung-kỳ sản xuất rất nhiều. Những giông thủy cầm cũng có đủ các giông. Giông cò trắng càng ngày càng ít đi. Ở rừng thì có công và trĩ. Tỉnh Thanh-hóa là đất săn bắn được, rất nhiều chim-đa-đa và chim cút-cút Năm 1915 đã có nghị-định đặt các điều-lệ về việc săn bắn để giữ cho bớt hại những vật sản.

VI. — *Nói về thực-vật* — 1o) Cây lúa. Mạn Trung-châu đất tốt, cho nên cầy được thứ lúa qui lắm, lúa cầy rất nhiều, tuy rằng không phát đạt mấy, song nhà nước có phát hạt giống thật tốt để khuyên khích dân. Một năm có hai vụ, vụ chiêm (tháng năm tây) và vụ mùa (tháng mười tây, tháng mười một tây) về hạt Hà-trung và Nga-sơn thì cánh đồng quanh năm ngập nước, cho nên chỉ cầy được vụ chiêm thôi; ở đây cần phải tháo nước. Chỉ đến mùa hanh, mới gieo mạ và cầy được. Ở về hạt Hà-trung và Yên-định thì rặt những đồng cao, cho nên chỉ cầy được vụ mùa thôi.

Về việc cầy cây hoa lợi không được nhất định vì rằng đến những chỗ cầy được hai vụ mà gặp khi mưa gió không điều hòa, thì lúa má cũng xấu tốt thất thường.

Về hạt huyện Yên-định, Hoằng-hóa, Hậu-lộc và Đông-sơn thì thực nhiều ruộng nhất-đẳng-điền.

Nhà-nước Bảo-hộ định đào nông-giang ở tỉnh Thanh để cho lúa má khỏi phải lụt, hạn thất thường, mà dân khỏi phải sợ kém đói luôn luôn.

Người Mường và người Thái thì không cầy cây mấy. Nhà nào chỉ cầy đủ nhà ấy ăn thôi, mùa lúa có tốt thì mới đủ vụ này ăn sang vụ khác.

2o) Những cây khác giống để ăn, không kể cây lúa. Ngoài việc cầy lúa, người ta lại còn giống cây khác nữa, hoặc để ăn hoặc để dùng về kỹ-nghệ.

Ngô giống rất nhiều đâu đâu cũng có, nhất là ở những bãi phù-sa. Dâu, sắn giống cũng nhiều; các thứ rau tây giống cũng được.

Những cánh đồng cao, thì mỗi năm chỉ đến mùa mưa mới cầy được, trong lúc khô hạn như về tháng sáu tây thì người ta giống dưa, kê, đậu, khoai, vừng. Mới độ mấy năm nay lại có giống đậu tương (đậu nành soja) về mạn phủ Thọ-xuân và huyện Yên-định; đậu ấy ăn ngon, dầu nó cũng ăn được; khô dầu ấy thì cho súc vật ăn. Ở làng Dương-xá, tổng Đại-bối, phủ Thiệu-hóa có giống cam rất ngon. Làng ấy tục gọi làng Giảng, cho nên cam Thanh thường gọi là cam-giảng

Về mạn Hoằng-hóa và Hậu-lộc giống dừa cũng nhiều.

Ở Thanh lại còn có chè (ở chỗ phủ Hà-trung với phủ Quảng-hóa tiếp giáp nhau). Chè ấy giống ở trên núi đất, chỗ có rừng, hái về dùng ở đấy thôi; lại còn cây mía, cây cà phê nữa. Cà-phê thì chỉ những đồn-điền tây giống thôi; giống nó ở trên núi đất, về hạt Hà-trung, Nông-công, Như-xuân và Thọ-xuân.

VII. — *Trầu-không, thuốc-lào.* — Ở những chỗ đất tốt như là đất phù-sa ở bờ sông thì có nhiều vườn trầu-không, Những chỗ giống trầu hạp thổ nghi là những nơi hạt nầy : Thiệu-hóa, Yên-định, Hà-trung, Quảng-hóa. Tỉnh Thanh tải trầu-không bán cho Bắc-kỳ và Nghệ-an thật nhiều. Lại buôn trầu-không, tải từng thuyền cá khô, nước mắm và dầu hỏa đèn ; khi bán hàng xong mới xếp trầu-không về.

Thuốc-lào cũng giồng như là khoai, dưa, giồng về mùa hanh, ở những ruộng cao mà chỉ cầy lúa được vụ mùa thôi.

Thuốc thì giống đâu cũng có, nhưng nhiều nhất là ở huyện Quảng-xương và phủ Đông-sơn.

VIII. — *Những cây dùng về kỹ-nghệ.* — Tỉnh Thanh có những cây dùng về kỹ-nghệ (cây bông, cây đay, cây dâu, cây cói) cây có dầu (lạc, đậu-tương, vừng) lại còn cây chàm để nhuộm, cây lá-gối lợp nón.

Tỉnh Thanh giống bông rất nhiều, gần được như lúa, cách biển độ vài ba ki-lô-mét đã thấy giống bông, giống mãi đến tận các châu Mường.

Gần hết cả bông tỉnh Thanh tải ra Nam-định để bán cho nhà máy sợi. Còn một ít bông thì người tỉnh Thanh giữ lại để đánh sợi, dệt vải, hay là bật ra bông nõn để làm nệm, chăn, mền, áo, hột bông thì không tải ra ngoài, giữ lại để làm dầu-bông, và để giồng lấy bã-dầu bón cây. Dầu-bông với lại bã-dầu ấy thì đem bán cho những người buôn ở Nam-định.

Cây gai cũng mỗi năm giống thêm ra, nhưng mà chưa được nhiều dây lắm. Cây cói dệt chiếu thì huyện Quảng-xương và Nga-sơn giống rất nhiều, nhưng mà huyện Nga-sơn có phần nhiều hơn. Chiếu ở Quảng-xương thì không bằng chiếu ở Nga-sơn ; hầu hết cói ở Nga-sơn thì tải đi Phát-diệm và Thái-bình.

Những bãi đất bồi ở sông Mã và sông Chu thì giống dâu ; ở huyện Nga-sơn và phủ Tĩnh-gia cũng có chỗ giống dâu.

Đậu-tương hay là đậu-nành giống vừa để ăn, vừa để dùng về kỹ-nghệ. Đậu-tương dùng được nhiều việc lắm : dùng để thắp đèn, lau máy, làm sà-phòng, sơn các mùi, và sơn-then, lại còn dùng làm thuốc nổ nữa.

Cây chàm thì giống hạt huyện Đông-sơn và ở các châu, chàm thì tải ra bán tại Bắc-kỳ.

Ở phủ Đông-sơn, huyện Nông-công và phủ Tĩnh-gia có cây lá-gối lợp nón.

IV. — *Nói về kỹ-nghệ* — Kể kỹ-nghệ thì có nhà máy tơ, nhà máy sợi, nhà máy dệt-chiếu cũng có ý mở mang to ra. Tơ tỉnh Thanh tốt lắm, tải ra ngoài có hơn trăm tạ.

Những dầu ép ra được thì đem bán cho sở dầu ở phủ Quảng-hóa và huyện Yên-định là sở to nhất; còn thì bán ở phủ Thọ-xuân, phủ Thiệu-hóa và phủ Hoằng-hóa.

Kỹ-nghệ to nhất là sở máy cưa và máy làm diêm ở Hàm-rồng, lập tại tả ngạn sông Mã, gần đường xe-lửa. Sở máy cưa lập lên từ năm 1909; vì lãi không đủ tiêu, cho nên lại đặt ra làm máy diêm. Sở ấy dùng người làm hơn 400 con gái và độ ba chục người thợ (người đốt than, thợ coi máy điện, thợ rèn, thợ mộc, vân, vân…) Riêng về nghề hóa học thì dùng thợ-khách làm.

Ở tỉnh hạt chưa có khai mỏ nào cả, cho nên chỉ có nghề dùng đất sét, dùng vôi, dùng đá-vôi, hay là đá-hoa, thì cũng coi như là kỹ-nghệ khoáng-vật.

Ở Quảng-nạp thì Nhuệ-thôn là nơi gần tỉnh, mới ở Mai-vực phủ Quảng có những thợ đá khéo nhất, làm cối giã gạo, cối xay bột, bia-mộ-chí, tượng-thần, phật, rùa, vân, vân… Thợ ở thôn Tế-dụê (Yên-định) gần núi Đồng-cổ thì biết làm khánh đá, treo ở các chùa tỉnh Thanh.

Nghề nung gạch, nung đá cũng nhiều, nhưng mà nghề to nhất là nghề làm đồ sành đồ sứ.

Những thợ làm bát, đĩa, chum, vại, ở Thanh-hóa để thường ngày trước là người Thổ-hà thuộc về tỉnh Bắc-giang mà làng Thổ-hà cũng mới có nghề ấy, ước chừng vào độ 1465 (hoàng-hiệu đời vua Lê-thánh-Tôn), lúc bấy giờ có một chi dân làng Dậu-khê, tỉnh Hải-dương đến ở làng này có nghề làm bát đĩa đã lâu đời từ nam thập-nhất-thế-kỷ (đời nhà Lý).

Những nơi làm đồ gốm là tại tỉnh Thanh, làng Thổ-phương và Tứ-mỹ.

1º — *ở tỉnh ly.* — Những lò nặn thì ở cả hai bên bờ sông Ngự (sông Đào chảy ra sông Mã). Ở về bờ bên này là phía tây thì có xóm Lò-chum ở trong làng Thọ-hạc; bờ bên kia thì là Lò-tiểu (tiểu sành), ở trong làng Cốc-hạ.

Ước chừng có độ ba mươi cái lò.

Những đồ làm ra rất nhiều và cũng giống như đồ Bắc-kỳ: chum, vại với lọ, thì hệt như đồ Hương-canh (Vĩnh-yên) mà lại làm kỹ hơn; tiểu sành thì giống như tiểu ở Thổ-hà (Bắc-giang), ở Hương-canh và Ngọc-canh (Vĩnh-yên).

Chum vại và lọ thì đàn bà làm ; tiểu thì đổ khuôn mà đàn ông làm.

2⁰) LÀNG THỔ-PHƯỜNG. — Làng nẩy ở hữu-ngạn sông Mã, ở gần ga Hàm-rồng, ở đây chỉ biết làm nồi đất da đỏ hay da sành đè mà làm nồi gánh nước. Mỗi cái nồi bán độ hai xu.

3⁰) LÀNG TỨ-MỸ ở GẦN BỜ SÔNG ĐÒ-LÈN. — Năm 1910, ông Nguyễn-văn-Viện người Nam-định có vào mở lò để làm đồ sứ. Ở đây làm những đồ giống như đồ Mông-cay (Bắc-kỳ) những bát sứ các kiểu, đĩa-giảm và thìa. Thoạt tiên thì dùng những thợ khách làm, nhưng mà người Khách xấu bụng, sinh ra nhiều điều khó khăn.

Lúc lò bát đã sắp tan thì có một ông Tây tên là Champagnac lại gây dựng lại tử tê, nay lại bỏ vì không được lãi.

X. — *Nói về đường sá*. — Ở tỉnh Thanh đường thủy vãng lai không được tiện mẩy, vì các cửa sông hẩy có cát bồi và sông ở mạn rừng núi đi quanh quất lắm. Khi nào nông-giang đào xong thì tự Bái-thượng ra sông Mã không phải đi đường sông Chu nữa, người ta sẽ theo nông-giang mà đi cho tiện.

Ở tỉnh Thanh nhà nước đã đào ba cái nông-giang dài độ 70 ki-lô-mét và mở rộng cái bến tẩu, một cái nhà chứa hàng thật to ở gần ga xe lửa. Các đường thủy-đạo tỉnh Thanh sẽ nhờ đó mà mở mang ra rất nhiều.

Có kênh đi từ Ninh-bình vào Vinh, đi qua suốt tỉnh Thanh, từ nam đến bắc. Về mạn phủ Hà-trung và tỉnh lỵ Thanh-hóa thì con sông ấy có đông thuyền bè đi lại, nhưng mà về mạn phủ Tĩnh-gia thì lắm chỗ cát bồi lấp cả. Từ cửa Bảng đến sông Mai (Nghệ-an) thì lại đi thuyền bè được.

Đường bể tỉnh Thanh thì không đi lại mẩy thí. Không có tẩu thủy mà cũng không có thuyền chở thành chuyền để vào ra các tỉnh Trung-kỳ hay là Bắc-kỳ. Mạn bể tỉnh Thanh thì một năm chỉ có một độ vui, là mùa đánh cá ; bấy giờ có những thuyền khách Bắc-hải, thuyền người Bắc-kỳ và người Nghệ đến đánh cá rồi ướp muối, ở Lạch-trường.

Tỉnh Thanh chỉ có một bến tẩu thủy là Bến-thủy ở trên sông Mã cách bể 18 ki-lô-mét, cách mẩy năm nay có tẩu-thủy chạy vào Bến-thủy. Bây giờ chỉ có thuyền chở muối cho sở Thương-chánh và thuyền chở da trâu, bò, chở gạo, khoai mà thôi.

Trong năm 1915 ở đây tải đi ngoại quốc 66.200 tấn hàng giá độ hơn một triệu quan tiền tây. Khi nào nông-giang đào xong và lúa má tốt bội lên thì bến ấy chắc là thịnh vượng hơn nữa. Hẩy chỉ kể hai thứ sản vật tỉnh Thanh như là thóc lúa với bông mà tải đi, thì đã hết lắm tiền cước, mà chẳng những tải bằng xe-lửa đầu, lại phải chở bằng tầu-thủy nữa, thì tất những chủ tàu ai cũng có lòng ham chở tầu chạy lên Bến-thủy.

Từ tỉnh Thanh ra đến Bắc-kỳ vào Huê thì đi đường quan-lộ. Đường ấy Mã-Viện đắp lên để lấy lối tải lương cho quân đóng ở tỉnh. Có những đường nhỏ đắp nối vào đường cái và giao thông các phủ, huyện, các chợ to và Sầm-sơn.

Tỉnh Thanh-hóa có đường ra Phát-diệm đi qua huyện ly huyện Nga-sơn, đường ấy đông người đi lại lắm vì là chỗ lối đem trâu bò đi bán chợ Côi-sơn và chợ Vũ-xuyên tỉnh Nam-định. Nay có một con đường từ Đò-lèn ra Phát-diệm. Có con đường từ phủ Quảng-hóa ra đến ga Bĩm-sơn, đến Phò-cát thì lại có ngả nữa đi ra Phủ-Nho-quan (Ninh bình) rồi nối với đường quan lộ, ở bên trên chỗ ngã ba sông Hoàng-Long-giang hay là Hoàng-đan với sông Đáy cách độ một ki-lô-mét. Đây cũng là một lối tải trâu bò đem ra bán tại Bắc-kỳ; đường ấy tải trâu nhiều hơn bò,

Đường Thanh-hóa phần nhiều là đê cả; đi xe hơi cũng được, chỉ có chỗ Phò-cát ra Phủ-Nho-quan là đường xuyên sơn thì không đi được thôi.

Tỉnh Thanh-hóa từ Nam đến Bắc có đường xe lửa chạy qua (đường Hanoi-Bên-thủy) ra khỏi tỉnh Ninh-bình thì đường xe lửa đi qua đèo Đông-giao, đường ấy cứ đi song đôi với đường quan-lộ. Đền cầu Hàm-rồng thì cầu sang qua sông Mã, cầu Hàm-rồng có tiếng vì làm lên rất khó. Đường vào Nghệ thì đi qua đèo Hoàng-mai, đường đi qua tỉnh dài độ 105 ki-lô-mét. Tỉnh Thanh cách Hanoi 176 ki-lo-mét cách Vinh 146 ki-lô-mét và cách Bến-thủy 150 ki-lô-mét.

Kể các ga Thanh-hóa thì ga Đò-lèn và ga Yên-thái buôn bán to nhất. Ở các đường bộ và đường xe-lửa có giồng cột giây thép để thông đi các ngả như là Hanoi, Vinh, Huê, Sầm-sơn (mùa tắm-bể). Bái-thượng, Hồi-xuân và Sầm-nứa. Nhà giây thép lại dùng trạm dịch nữa. Có 27 trạm, trạm Phú-cốc ở tỉnh ly đứng đầu, theo đường xe-lửa có trồng cột điện-thoại nối từ Vinh-Thanh-hóa ra Bắc-kỳ.

XI. — *Việc thương mại*. — Hàng hóa thì chuyên chở bằng xe-lửa cả, với một ít bằng thuyền đi theo sông đào từ Ninh-bình vào Vinh, chỉ có trâu bò thì tải đi đường cái quan (đường Phát-diệm, đường Phò-cát) cả với muối thì tải bằng thuyền.

Kể những hàng hóa tải ra ngoài, thì đồ thực phẩm tải nhiều nhất rồi mới đến trâu, bò, sau nữa đến tôm, cá, sau rồt đến gạo, cà-phê, quê, vân, vân....

Còn những vật liệu dùng về kỹ-nghệ thì có tải bông, cói làm chiếu, tơ, da, chàm, lụi, vân, vân....

Đồ khi dụng cũng tải ra nhiều, vì tỉnh Thanh cũng có kỹ-nghệ tiên-hóa, như là làm diêm, làm đồ sành, đồ sứ. Kề những khí dụng tải vào thì có vải-trúc-bâu, đồ-bằng-kim-khí, đồ thực-phẩm, dầu-hỏa, vân, vân...

Nhất là về ngày phiên chợ trâu bò ở chợ tỉnh và chợ Bản, và về mùa bông thì trong tỉnh buôn bán rất là thịnh vượng. Có mấy cái chợ to, gọi là chợ hạng nhất. Những chợ ở gần chàu Mường, thì còn bán dao con, dao bầu, quắm, rìu, cầu-liêm, mai, kiểng. Những người Mường, người Thái và người Lào cứ cách ít lâu lại xuống chợ sắm đồ mới. Những làng có chợ ấy thì có nhiều người các nơi đến ở, mà thật lắm thợ-rèn xứ nghệ.

THÁI-THỨC-HOÀNH,

Vinh, Thành-Trung-học-Đường-Quản-Đốc,
(phụng dịch).

PHỤ-LỤC

Bài tập đọc về dẫn-thủy-nhập-điền (irrigation).

Tỉnh Thanh-hóa điền địa bao la, ruộng đồng bát ngát ; nhưng việc canh-nông còn sơ lược : gặp năm phong-hoà vũ-thuận thì no, gặp năm thủy-lạo hạn-hán thì đói.

1 — *Những người có công với sự dẫn-thủy.* — Vậy cho nên quan Khâm-sứ Boulloche đã chú ý, kịp đến năm 1898 thì ngài xin Chính-phủ Đông-pháp lập nông-giang cho nơi Thang-châu Mọc-ấp.

Vừa mới có hai ông kỹ-sư Bourru và Peytavin cử đi phát-hoạ sơ-lược, rồi đến năm 1913-1914, nhà nước phái ông kỹ-sư Normandin đi khám xét nhất định lại ; ông Normandin được nhiều ông kỹ-sư giúp cho khởi công ; như là ông Lemai, Favin, Delplanque, de Beau-champ, Auphelle.

Công cuộc nẩy lớn lao, cho nên vật liệu dùng về sở ấy cũng phải kiên-cô ; vậy hội Hàng-hải ở Haiphong (Société des Ateliers maritimes) thầu lãnh nạp vật liệu ; hội nẩy cũng có các kỹ-sư Leroy, Brazey, Gastaldi, Jau, Dassibat, Lefèvre cai quản.

Sở nông-giang đày rất vỉ đại, rất ích lợi, trong cõi Đông-dương không nơi nào có hơn được.

II — *Tạo tác.* — Công tác chia ra hai cách :

1°) *Cái đập.* — Tại Bài-thượng xa tỉnh ly 55 ki-lo-mét, một cái đập lớn xây xuyên ngang sông Chu, bề dài 160 thước tây, bề cao 24 thước tây, bề dầy bốn thước tây ; đập có trổ ba cửa cho nước chảy qua, cửa có cánh để hoặc đóng cho nước tràn qua nông-giang, hoặc mở ra cho nước chảy theo giòng sông xuống bể ; muốn đóng hay mở thì đã có cái máy cối xoay đặt ở trên đập ; xem cái đập nẩy thì rõ tài lực và tinh-xảo trong nghề tạo-tác đoạt được quyền tạo-hóa. Cái đập nẩy xây hoàn thành mất hết một triệu sáu mươi vạn đồng bạc (1.600.000 $ 00),

2°) *Các sông đào.* — Nông-giang đào ba hạng khác nhau.

A — Một đại-nông-giang đào từ Bài-thượng đến gần Phú-lý phủ Thọ-xuân, hai tiểu-nông-giang đào từ Phúc-trạch (phủ Thọ-xuân) rẽ ra hai ngả ; một con sông đào đến tỉnh ly Thanh-hóa mãi đến Phương-mưu gọi là bắc-tiểu-nông-giang, một con sông nữa thì đào đến huyện Nông-công gọi là nam-tiểu-nông-giang. Tất cả ba con sông này dài đến 110 ki-lô-mét, dùng để lấy nước ngoài đập tại Bái-thượng mà chuyên vào các rãnh lớn, rãnh nhỏ, rồi cho chảy ra ruộng.

B — Những rãnh lớn đắp qua ruộng thì vô số, cộng tất cả dài được đến 525 ki-lô-mét, rãnh này lấy nước ở đại tiểu-nông-giang rồi chảy qua rãnh con, mỗi rãnh lớn đều có cửa như nông-giang cả, cửa ấy để hoặc mở cho nước chảy, hoặc đóng không cho nước chảy.

C — Những rãnh con dẫn nước tự rãnh lớn vào ruộng để rưới, thì dài tất cả được 1.500 ki-lô-mét, rãnh này cũng có cửa như sông đào vậy.

Phí-tổn đào, đắp, xây nông-giang hết hai triệu chín mươi vạn đồng bạc (2.900.000 $ 00).

Tổng qui công cuộc chia đại số thế này ;
Đắp đất-hết: bảy triệu thước học (7.000.000 mc).
Bê-tôn hết : năm nghìn sáu trăm thước học (5.600 mc).
Xây vòi-hồ hết : một vạn hai nghìn năm trăm thước học (12.500 mc).
Rưới ruộng được : sáu vạn hectares (600.000.000 mq).
Tháo nước ứ được : hai nghìn hectares (200.000.000 mq).
Công cuộc tổn phí hết bốn-triệu bảy mươi vạn đồng bạc (4.700.000 $ 00), thế là mỗi hectare phí hết 80 đồng bạc.

III — *Cách dẫn thủy nhập điền.* — Nước ở sông Chu bị đập Bái-thượng ngăn lại, phải tràn qua đại-nông-giang, vì ở Bái-thượng cao hơn các nơi, cho nên nước mới chảy vào tiểu-nông-giang ; và từ đại-nông-giang và tiểu-nông-giang, nước phải qua cửa rồi chảy vào rãnh lớn và rãnh nhỏ ; nếu mở cửa ra thì nước tràn xuống ruộng ngay, khi nào ruộng ngập nước rồi, thì đóng cửa lại, lúc tất cả ruộng đồng đủ nước rồi, thì tại đập xoay cửa lại cho nước theo dòng sông Chu chảy ra bể. Nước chảy qua đập cứ mỗi dây đồng hồ thì được bốn vạn lít (40.000 litres).

Tính ra các nông giang lớn nhỏ rưới được sáu vạn mẫu tây tức là sáu trăm triệu thước vuông tây (600.000.000 mq). Thế là rưới được ba phủ : Thọ-xuân, Thiệu-hóa, Đông-sơn và hai huyện Nông-công và Quảng-xương.

IV — *Ích lợi về sự dẫn thủy.* — Cách dẫn thủy lợi thêm cho điền-chủ mỗi năm được sáu vạn hai nghìn tấn lúa nghĩa là độ chừng ba triệu bạc. Huống chi còn một sự lợi nữa là các sông đào sâu luôn được hơn hai thước tây, rộng được 25 thước tây, thuyền bè theo đó đi từ Bái-thượng xuống đến tỉnh lỵ Thanh-hóa cũng được; muốn ngược lên Bái-thượng thì thuyền phải qua ba cửa khàu, vì cửa khàu ấy giữ nước thăng bằng thành ba đợt và được sâu luôn, nên thuyền đi dễ làm. Gần ga Thanh-hóa lại có một cái hồ đào dài 120 thước tây, rộng 35 thước tây, xây dọc theo đường xe hoả; bắc-tiểu-nông-giang là sông đào, thuyền đi lại dễ hơn hết, đưa nước đến chứa tại đó.

Thế thì theo nông-giang mà chuyên chở lúa gạo đến hỏa-xa tiện hơn theo sông nhiều; vì con nước ở sông Chu lên xuống không chừng, nơi sâu nơi nông, và hay bị sóng gió bất kỳ nữa.

Rồi đây cũng đặt dây điện-thoại và dây thép giăng nổi tám sở coi về việc nông-giang.

Năm 1924-1925, có cho nước chảy thử, thế mà được một vạn hectares ruộng (100 000.000 mq) khỏi thiệt hại, mất mùa tháng năm; mới cho nước rưới thử, mà đã lợi được năm mươi vạn đồng bạc (500.000 $ 00) rồi đó.

V. — Kết luận. — Sở dẫn-thủy-nhập-điền rất đại-công không phải Chính-phủ đã có lòng lo cho quốc-dân được sung sướng mà thôi, chớ vì xã-hội mà cũng nhiều kẻ bỏ mình cho đồng-bào được no-ấm.

Người Việt-Nam bị tai ách cũng nhiều, song ai lỡ ra này chịu; chớ có một người lính thủy tàu *Le Pérouse* tên là Jean Abiven quê xứ Bretagne cố ra công tìm xác một người thợ Tàu bị nước cuốn xuống vực sâu, mà rủi thay cũng lụy đến thân.

Mừng nay, nhân khi nhàn hạ, theo con đường năm mươi lăm ki-lô mét dạo chơi, thấy một con sông đào, từ Thanh-hóa lên Bái-thượng xa-lắc.

Thế mà sông ruộng nước mênh mông, dân được an cư lạc nghiệp, lúa má kia tươi tốt, địa lợi phì-nhiêu; cầu cống dùng xây tinh xảo; rãnh sông đào đắp cỏ kiên ấy mới biết rằng Chính-phủ lo cái hạnh phúc cho nhân dân thì người nước ta phải lo làm sao cho khỏi phụ lòng ưu ái.

Chính quan Toàn-quyền Varenne đứng chủ tọa sự lạc-thành sở ấy, mong ngài chú tâm mở mang tài-chính cho nước Việt-nam.

THÁI-THÚC-HOÀNH,

Nguyên giáo-học ở Thanh-hóa.

(Phụng lục)

PHỤ-TRƯƠNG

Bài tập đọc về canh-nông và kỹ-nghệ.

1) *Quê Thanh*. — Ngày xưa nhà nước An-nam phải đưa quê sang cống nước Tầu, bởi vậy cho nên hễ dân tìm được quê, thì phải nộp một ít cho nhà vua. Bây giờ tuy rằng lễ cống đã bỏ đi rồi, nhưng nhà nước Nam-triều cũng vẫn lấy một ít quê Thanh.

Hễ ai tìm được một cây quê thì phải đi trình ngay với quan Châu sở tại. Quan châu trình với quan Đại-lý Bái-thượng và quan tỉnh.

Quan trên đặt một hội đồng có người đại-diện quan Công-sứ, quan Tổng-đốc và quan Châu đến xét cho cây quê tìm được và để bóc. Bóc xong thì người ta ú vào thùng rồi đem ra cân và đóng dấu vào các thanh quê.

Dấu ây ở tại tòa Đại-lý Bái-thượng. Các thanh quê thì phải bóc theo thể lệ nhà nước định ra.

Lúc quê đã khô rồi, thì phải đưa nộp quan tỉnh. Các quan hội đồng lại mà định giá, mua những thứ tốt nhất để gửi về bộ, còn bao nhiêu thì giả lại cho quan chàu. Dàn sự bây giờ có thể bán thứ quê loại ra đây.

Tiền bán được thì theo lệ Mường, phải chia cho người tìm được cây quê, người bóc quê, người giữ cày, quan Châu và dân sự tìm được. Ngày tháng chạp năm 1907, lúc phiên chợ tỉnh Nghệ, quan Công-sứ có nói rằng một người tìm được một cây quê, có thể bán được bốn nghìn đồng bạc (4000 $ 00).

Quê tìm được ở rừng mỗi ngày một hiếm, vì mỗi lúc bóc quê thì phải huý mất một cây, cho nên ở Trung-kỳ, nhất là ở Quảng-nam có nhiều chỗ trồng quê, quê người Annam trồng thì gọi là quê vườn, quê người Mọi trồng ở các rẫy thì gọi là quê Mọi.

Ở tỉnh Thanh thì không có quê vườn.

2) *Việc Dẫn Thủy*. — Vì mùa màng hay mất, cho nên nhà-nước Bảo-hộ đang sắp sửa đào sông để dẫn nước vào ruộng.

Việc dẫn thủy nhập điển có ích cho dân lắm, làm cho dân khỏi bị đói khó như năm 1903, 1907, 1911 ; và lại làm cho dân được lợi nhiều nữa. Xem như việc dẫn thủy nhập điển ở Kép (tỉnh Bắc-giang) thì biết nhà nước tốn vào việc ấy độ bảy ngàn đồng bạc, mà dân lợi được những hai mươi vạn đồng bạc.

Thường thường dàn Thanh-hóa cầy lúa hai mùa ; nhưng chố đồng sâu thì chỉ cầy lúa được tháng năm thôi, vụ tháng mười thì chố nào cũng cầy được.

Vụ tháng năm thì ít, nhưng hay mất vì đại hạn ; vụ tháng mười nếu giời đại hạn, thì những đồng cao mất hết, nếu lụt thì những đồng sâu lại mất hết.

Có năm tai-biến thì ruộng hai mùa đều mất cả, cho nên dân sự đói khó lắm.

Việc dẫn-thủy-nhập-điền có hai điều lợi ; 1° — Làm cho đồng cao cũng cầy được lúa tháng mười và làm cho những cầy mẫu như mía và bông được tốt hơn lên ; 2° — Làm cho các đồng sâu có đường tháo nước trong vụ tháng mười. Như vậy thì lúa tháng năm và lúa tháng mười sẽ được nhiều lắm.

Vả lúc bây giờ tỉnh Thanh có thể cho nhiều lúa gạo đi bán các tỉnh khác được.

Các đồng ở về Phủ Thọ-xuân, Huyện Nông-cồng, Huyện Đông-sơn (1), Huyện Quảng-xương và Phủ Tĩnh-gia thì cho nước ở sông Chu chảy về ; các đồng ở về Phủ Thiệu-hóa, Huyện Yên-định thì phải dùng máy thụt nước lên cao đến bốn thước tày.

3) Trầu-không. — Ở các bờ sông, có đất phù-xa người ta hay giồng trầu-không.

Giồng trầu-không, thì phải làm những cái sàn bằng tre, cao độ hai thước năm tây, mà ở trên thì lợp tranh, chung quanh thì có rào cả. Mái tranh thì lợp thưa thưa để cho nước mưa chảy xuống được, và dùng để che nắng mà thôi.

Người ta làm cẩn thận như thế, là vì sợ khi khí giời thay đổi thì lá trầu vàng úa ra.

Tự cuối tháng mười tây cho đến giữa tháng tư thì người ta dỡ mái tranh đi.

Những vườn trầu, có thể giồng được trong mười lăm năm.

Ở phủ Thiệu-hóa, huyện Yên-định, phủ Hà-trung, phủ Quảng-hóa, có nhiều vườn trầu to lắm. Ở phủ Thọ-xuân, huyện Hoằng-hóa (1) huyện Hậu-lộc, huyện Nông-cồng và huyện Nga-sơn cũng có một ít vườn trầu.

____

(1) Nay cải phủ.

Tỉnh Thanh-hóa chở nhiều trầu-không ra bán ở Bắc-kỳ, và vào bán ở Nghệ-an. Người ta bán từng liễn độ hai mươi lá một.

Các ghe mành chở cá khô, nước-mắm hay là dầu-hỏa đến bán tỉnh Thanh rồi mua trầu-không ở đây mà chở đi.

4) *Bông.* — Ở Thanh-hóa giống nhiều bông lắm, cách bãi bể độ vài dặm (kilomètres) cho đến trên các châu Mường, chỗ nào cũng có giống cả, và nhất là ở miền phủ Quảng-hóa, phủ Thọ-xuân, phủ Thiệu-hóa và huyện Yên-định.

Sợi bông Thanh-hóa thì ngắn mà cây thì nhỏ, chỉ lên cao độ năm sáu tấc tây mà thôi.

Từ tháng sáu tây thì nhiều người đến cân bông ở các miền có bông, Khách, An-nam và nhất là người Bắc-kỳ vào ở các làng hàng mấy tháng để đua nhau mà cân, họ làm quen với những người bản-xứ có ruộng bông để mà mua bông, hoặc, họ đi mua các chợ ở chung quanh miền ấy, cũng có một vài người Đại-pháp đến mua bông ở tỉnh ta.

Bông tỉnh Thanh phần nhiều chở ra bán ở nhà máy sợi Nam-định hay là bán cho nhà máy hiệu Khách Bắc-kỳ để chở về Hồng-kông.

Trong năm phần bông gặp được thì bốn phần (106 tonnes) chở đi bán các nơi còn một phần thì bán ở trong tỉnh để làm chỉ, làm vải, làm chăn, làm áo.

Nếu về tỉnh một nghìn kilos giá bán 416 $ 00 thì tỉnh Thanh cứ mỗi năm bán đến 44.000 $ bông sợi.

Hột bông không chở đi các nơi thì ta chỉ dùng làm dầu, làm bã khô để nuôi trâu bò, hay là để dành làm giồng.

Các nhà buôn bán người Nam ở Nam-định vào mua dầu và mua bã ở Thanh-hóa, tỉnh Thanh mỗi năm chở ra Bắc-kỳ 158 tonnes bã giá được độ 2.500 $ 00 và 22.000 litres dầu giá là 3.000 $ 00.

Nếu bỏ phần cho nhiều và lựa giồng cho tốt thì có thể làm cho mùa bông được nhiều lợi hơn lên. Nếu như có sông dẫn nước vào các ruộng bông thì chắc mùa bông sẽ tốt gấp mười bảy giờ, khi nào các sông-dẫn thủy-nhập-điền đào xong thì dân Thanh-hóa sẽ nhờ nghề giồng bông mà làm nên giàu có.

5) *Việc canh nông của người Mường.* — Người Mường thì ít cây cày chỉ giống lúa đủ ăn mà thôi. Vì người Mường không có tính cất trữ làm cho nên họ chỉ làm đủ dùng thường ngày mà thôi. Cũng có một đôi làng có ruộng lấy những ruộng ấy ở trên núi.

Cách người Mường dẫn nước lên các ruộng ấy thiệt khéo. Nhờ có cách dẫn nước ấy cho nên nhiều đất xấu mà thành ra tốt.

Người Mường có tính khác người Nam là hễ khi đã tìm được cách dẫn nước vào ruộng, mà nếu cách ấy không dùng được nữa thì thà bỏ đi làm ruộng chỗ khác, chứ không chịu lấy gầu hoặc xe đạp nước mà tát nước vào ruộng như người Nam.

Ở miền thượng-du, dân sự thường hay phá những khu rừng để cho các cây cối khô đi rồi đốt. Khi nào giời mưa xuống thì người Mường lấy lúa, bắp, sắn, hay là bầu, bí mang đến đấy mà giống.

Cách trồng trọt ấy gọi là rẫy (hẫy).

Khi gặt lúa rồi thì người lấy bắp giống vào các rẫy ấy, mà cứ cách từng quãng ba bốn thước tây thì họ lại trồng một cây xoan. Đến năm thứ hai thì họ lại làm một mùa bắp nữa ; khi hái xong bắp thì chỗ rẫy ấy bỏ đi vì cây cối mọc lên nhiều và những cây xoan đã lớn choán hết chỗ, không có thể trồng trọt được nữa.

Người Mường không đặp bông lúa mà lấy riêng ra như người Nam; họ bó lại từng bó nhỏ nhỏ lấy tay nắm được. Giời nắng thì họ đưa những bó ấy ra phơi. Đến khi khô rồi thì họ treo vào nhà hoặc để vào các bục lúa.

Khi nào cần lúa ăn thì họ lấy những bó ấy xuống lúc bây giờ mới đặp ra hột mà xay. Họ nói rằng cất lúa như cách ấy thì hạt gạo được thơm.

Giữ cho lúa khỏi mọt thì người Mường gác lúa lên sàn bếp vì khói bay lên thì mọt không ăn được.

Giữ cho khỏi chuột thì họ dùng một thứ gỗ cứng chuột không cắn được để làm bục.

Cách để lúa từng bó nói trên này bây giờ cũng dùng để đo diện tích, bởi vậy cho nên người ta không nói « làng này có mấy mẫu ruộng » mà lại nói « làng này có mấy bó lúa ».

6) *Việc kỹ-nghệ của người Mường.* — Về miền thượng-du những người Mường chỉ làm các đồ đủ dùng mà thôi. Các đồ vật ở trong nhà thì làm bằng mây và bằng tre cả. Họ có làm những cái thùng khéo lắm, các đồ câu cá thì họ cũng làm bằng tre và bằng mây cả. Đàn bà Mường nhuộm vải và nhuộm gai rồi dệt ra vải.

Có thứ vải đẹp lắm.

Ngoài những nghề làm bằng gỗ thì người Mường không biết làm nghề gì cả : họ chỉ biết làm nhà, làm đồ dùng, lấy búa và lửa chặt gỗ làm xuống. Họ không biết cái cưa là cái gì.

Những cánh cửa rộng từ bảy phân cho đến một thước hai tây trong các nhà hào-hộ miền thượng-du đều lầy búa mà đẽo cả.

Người Mường cũng không biết rèn đồ sắt, họ chỉ mua những giao và búa rìu của người Nam ở gần các miền thượng du.

PHẠM-VĂN-DIỆU,

Đốc-học các-trường Quảng-ngãi
(dịch)

7) *Sự tích nghề lò chum.* — Trong sách (Thanh-hóa chí) có biên rằng đời Tiền-Hán, khi ông Triệu-võ-Đề làm vua nước Nam, có người thợ gồm Tầu, tên Hoàng-quang-Hưng theo quan thứ-sử Cửu-chân qua ở Annam. Thầy người Nam chỉ dùng chậu vại nhỏ xàu xí ông tạ lầy làm lạ mới hỏi dàu rằng :

— « Vậy các ngươi chứa nước vào đâu mà tắm rửa ?

— Chúng tôi không có đồ chi chứa nước cả. Trong làng có hồ, hễ khát thì đến đó mà uống, ai muốn tắm rửa cũng đến đó.

— Các người dốt nát cổ đổng lắm, ta ở xứ ta, làm nghề thợ gồm ta làm được chum vại lớn, chứa nước đủ dùng trong một tháng. Các ngươi có muốn ta truyền nghề cho không ? »

Khi ấy có một người tên Trương-trung-Ái bằng lòng rước ông ta về nhà ở tại làng Đầu-khê, tỉnh Hải-dương tổng Kim-độ huyện Thanh-lâm.

Đến nhà anh ấy đầu hết ông ta xây một cái lò ở ngoài vườn, rồi bảo xúc một mớ đất, lọc sạch nhồi kỹ rồi trộn thêm một ít đất trắng gọi là kao-linh-thạch « đất-thó ». Ông ta chôn xuống đất một hòn đá, giữa tim có đục một cái lỗ rồi trồng một cái bàn khuôn « bàn xây » bằng gỗ trên hòn đá ấy. Thế rồi ông ta đậy cho người xây đất lên khuôn « bàn xây » hai tay thời nắn cho tròn, moi cho tổng-bộng, còn chân thời đạp cho cái khuôn xây.

Tiện thề nào, phơi thề nào, hầm thề nào, anh học trò cứ học tập mãi ba tháng thành nghề, khỏi phiền thầy dậy nữa. Anh ta đưa tạ thầy hai chục nén vàng.

It lâu Trung-Ái làm nghề ấy khéo làm, dậy cho cả nhà làm theo. Làm ra vô số chum vại cho đến Bắc-ninh, Hải-dương, thiên hạ ở đâu cũng đến đây mua nên anh ta giàu chóng lắm.

Sau anh ta mất rồi nghề ấy còn truyền-tử-lưu-tôn lần lần thầy suốt làng đấy cả lò chum.

Đến đời vua Lê-Thánh-Tôn (1460-1497) cháu Trương-trung-Ái đem nghề vào làng Thổ-hà, huyện Việt-yên, tỉnh Bắc-ninh, hiện nay thuộc về tỉnh Bắc-giang. Làng ấy học được nghề nung chum vại rồi tranh lợi quyền với làng Đẩu-khê. Sau lại thêm nghề làm tiểu-sành người ta mua dùng về sự cất táng.

Nghề chum vại và tiểu-sành ở Thổ-hà truyền vào Thanh-hóa từ đời Lê-Thánh-Tôn.

Người làm nghề ấy lập hai đền thờ tổ, một đền thờ Hoàng-quang-Hưng người Tầu, một đền thờ Trương-trung-Ái, người Nam.

LÊ-BÍNH,

Thị-độc học-sĩ,

Thuận-hóa Trung-học-đường Giáo-sư
(dịch).

CHÍNH-THỂ

1) *Nhân-số.* — Số dân cư người Nam người Thái, người Mường, vân, vân, thời không biết đích xác là bao nhiêu.

Đạo chỉ-dụ ngày 23 tháng chạp năm 1912 (nghị-định ngày 16 tháng sau năm 1913) truyền lập các sổ sinh tử hôn thú, ở các tỉnh trong Trung-kỳ. Cứ theo như sổ mới làm năm kia thì sổ người Nam ở tỉnh thành Thanh-hóa là 7.000 người. Còn dân số cả tỉnh thì khó lòng mà đoán đích được vì mãi đến bày giờ cũng chưa có sổ đích danh kê số. Cứ theo ở tòa-sứ thì dân Nam ước độ 1.500.000 người và được hơn 100.000 người Thái và Mường.

2) *Các hạt cai-trị* — Tỉnh Thanh-hóa có bảy phủ, 7 huyện, một thủy cơ tổng và năm châu ; cả thảy 20 hạt :

1o — phủ Hà-trung gồm huyện Nga-sơn và Hậu-lộc ;
2o — phủ Thiệu-hóa ;
3o — phủ Thọ-xuân (đại-lý Bái-thượng) ;
4o — phủ Tĩnh-gia gồm huyện Nông-cống và Quảng-xương ;
5o — phủ Quảng-hóa gồm huyện Thạch-thành, Cẩm-thủy và Yên-định.
6o — phủ Hoằng-hóa (1) ;
7o — phủ Đông-sơn (1).
Thủy-cơ tổng có 13 làng.
Những châu là : Quan-hóa (Đại-lý, Hồi-xuân), Ngọc-lạt, Lang-chánh, Thường-xuân, Như-xuân.

3) *Việc cai-trị.* — Quan Khâm-sứ Trung-kỳ giao quyền cho quan Công-sứ tỉnh Thanh-hóa coi sóc, kiểm soát việc cai-trị dân bản tỉnh.

---

(1) Hai phủ này mới có năm 1924.

1) *Việc cai-trị Nam-triều.* — Các quan Nam tỉnh Thanh thì đóng ở trong thành. Quan đầu tỉnh là quan Tổng-đốc. Quan Tổng-đốc coi cả các việc văn việc võ, ngài hàm binh-bộ-thượng-thư. Quan thượng thì có những viên quan sau nầy giúp việc: quan Lãnh-binh hay là Đề-đốc, quan Bố-chánh, quan Án-sát, quan Bang-tá.

Quan Lãnh-binh hay là Đề-đốc thì coi lính-cơ trong hàng tỉnh. Quan bố thì coi về dân đinh, điền thổ, việc địa giới và sưu thuế. Ngài coi cả việc học-chính, việc tế-lễ; thiết-lễ tại hành cung, tế văn-miếu, tế nguyên-miếu, vàn, vân... Ngài coi việc binh lương, việc công tác, việc sửa sang giữ gìn các dinh thự và những đồ vật của nhà nước. Việc đắp đê, đường và xét xử những đơn kiện điền thổ cũng về quyền quan-bố cả.

Quan Án-sát thì coi việc hình án trong hàng tỉnh các án tử ở phủ, huyện đều thuộc về quyền quan án cả. Ngài xét lại những án tư của các phủ, huyện, xử rồi đệ lên quan Tổng-đốc. Những giấy má, hình án gì tư về bộ, quan Tổng-đốc tư.

Quan Bang-tá thì coi về việc tuần-phòng trong tỉnh lỵ.

Có bốn ông quan từ-tế giữ lăng Trường-nguyên (Triệu-tường) ở làng Quí-hương phủ Hà-trung.

Tỉnh Thanh-hóa có bảy phủ, bảy huyện, năm châu và một tổng Thủy-cơ.

Các phủ, huyện thì đóng ở các làng, mà làng ấy trông cũng chẳng khác gì như mọi làng khác, ở phủ thì có quan tri-phủ, ở huyện thì quan tri-huyện. Các quan phủ huyện kiêm cả việc cai-trị việc hình án.

Các địa hạt ở trên Mường thì gọi là châu. Các quan châu cũng có quyền như quan phủ huyện. Chức tri-châu thì bổ cho những người thổ trước trên ấy làm, mà cứ phụ truyền tử kế mãi mãi.

Ở phủ huyện và châu thì lại phần ra từng tổng, từng xã.

Ở tỉnh Thanh-hóa về các phủ huyện thì có 105 tổng.

Về các châu thì có 29 tổng.

Kể cả tổng Thủy-cơ nữa, thì tổng cộng được 135 tổng, 1.983 làng. (Ở các châu thì có 181 làng; Thủy-cơ 13 làng).

Các tổng thì có chánh phó tổng coi. Những chức việc ấy, dân làng cử ký-mục lên, hội bầu ở phủ, huyện. Việc bầu thì có một phái viên thay mặt quan tỉnh để làm chủ toạ. Nói cho đúng ra, thì những việc chánh phó tổng không phải thay mặt nhà-nước mà chính là thay mặt dân; họ không ăn lương nhà-nước, họ phân xử việc công-ích, coi việc bổ thuế, việc thi hành lệnh quan trên, việc đê, đường, việc thúc thuế, vàn, vân.

Thủy-cơ tổng là một xóm riêng, dân ở đây là những người chở

thuyền, ở tỉnh hạt cũng thành ra một tổng ở trên mặt nước, có một chức sắc, 15 miễn sai, 315 xuất chánh-nạp, tất cả là 13 làng.

Thuyền thì cứ đậu từng bọn một, đậu ở đâu lấy tên làng ở đầy.

Thuyền của họ cũng như nhà ở trên cạn.

Lái-thuyền thì phải có giầy hoành-then, giầy thông-hành có chữ nhận của cai-tổng; họ được phép thuyền chở đi khắp trong tỉnh hạt. Mỗi xuất chánh-nạp phải đóng sưu đồng-niên là 2 $ 20, nộp thuế thương-chính, tự 0 $ 50 cho đến 8 $ 00, tùy thuyền chở nặng nhẹ. Đã có một quyển sổ bỏ riêng cho dân Thủy-cơ.

Cả tổng Thủy-cơ thì chỉ có một viên cai-tổng, một viên phó-tổng; mỗi làng cũng có một lý-trưởng.

Chức cai-tổng thường có tục cha truyền con nối.

Cai-tổng thì đóng ở Bến-ngự, ở bờ sông Đào tỉnh Thanh.

Tất cả dân tổng Thủy-cơ, thì thuộc về một viên cai-tổng coi. Viên ấy được phép trực-đạt và tư báo với quan tỉnh, là quan Tổng-đốc, quan Bố-chánh, quan Án-sát.

Cứ ba năm thì dân có bầu cử hội-viên một lần, để giúp việc Chính-phủ.

2) *Việc cai-trị Đại-pháp.* — Đầu tỉnh có quan Công-sứ, ngài trông nom, khám xét các việc; tháng nào cũng vậy, cứ đến ngày mồng một, thì có hội-đồng hàng tỉnh, mà quan Sứ làm chủ-tọa.

Quan Sứ có những các viên Tòa-sứ và mấy ông quan khác giúp việc.

Những quan viên Tòa-sứ là: Quan Phó-sứ, quan Tham-biện, các viên thư-ký và ký-lục. Ở mạn rừng như Hồi-xuân, Bái-thượng thì có đặt quan Đại-lý.

Việc tuần-phòng ở tỉnh ly thì có hai ông Sen-đầm và lính cảnh-sát nữa.

Việc tuần-trập ở tỉnh hạt, thì có mấy ông Đồn-khố-xanh coi, những viên đồn ấy thuộc về quyền quan Giám-binh cả; ở Hồi-xuân, Bái-thượng, Phong-ý, Bỉm-sơn, Thổ-sơn, và ở gò Biện-sơn có đồn khố-xanh đóng.

Có quan Lục-lộ và quan Đốc-công coi việc tu-tạo đê đường, cầu cống và dinh-thất.

Việc thương-chánh, thì có quan Chánh thương-chánh coi, lại có những sở nhỏ ở Lạch-trường và Nam-khê. (Ở trên Lạch-trường) ở Đò-lèn, Nhan-lộ (thường gọi là phủ Quảng), ở Xuân-phả (thường gọi là phủ Thọ) ở Ngọc-giáp và ở Du-độ, việc thương-chính, thì coi những việc thu thuế-rượu-nam, thuế-thuốc-lào, việc bán thuốc phiện, việc làm muối và bán muối.

Sở điện-tín thư từ và điện-thoại thì có ông Chủ dây-thép coi ; lại có sở phụ ở Sầm-sơn, ở Hồi-xuân ; hai sở ấy thì người Nam coi. Việc giữ thư từ, thì dùng tất cả là 27 trạm, ở cả toàn hạt, điện-thoại dùng thông các tòa sở và Hanoi, Nam-định, Vinh. Ở Thanh-hóa lại có một sở Canh-nông-phố. Sở ấy xem xét những điều ích-lợi cho việc cày cấy, buôn bán và kỹ-nghệ trong tỉnh hạt.

Về việc Kiểm-lâm Thanh-hóa cũng có các viên chức-dịch ở tỉnh ly, ở Như-xuân và Xuân-phả (Phủ-thọ). Ở Quang-hóa, Dò-lèn, Ngọc-giáp và Du-độ, thì sở thương-chánh kiêm việc kiểm-lâm. Những sở ấy phát giấy cho phép đốn gỗ, kiểm soát những lâm-sản và thu thuế kiểm-lâm.

Việc thú-y có quan thầy thuốc thú-y coi, cũng có sở đóng ở Thanh-hóa. Viên chức ấy kiểm xét những thịt trâu, bò, lợn giết thịt hàng ngày ở tỉnh Thanh. Chợ Bản với chợ tỉnh, thì có quan Thú-y đi khám luôn ; khám cho được biết những loài vật có bệnh hay không. giá cả thế nào, buôn bán có thịnh lợi không, và ăn dùng hết bao nhiêu.

Việc Y-tế thì có quan thầy-thuốc-tây coi ; với lại viên thầy-thuốc Nam, viên bào-chế trước học ở trường thuốc và trường bào-chế ở Hànoi.

Ngoài các việc ấy, thì có các cô đỡ (ôn bà) y-sinh đàn bà với y-sinh đàn ông. Coi việc cho thuốc và dưỡng bệnh-nhân, vân, vân.. Quan bản tỉnh coi việc chủng đậu để trừ bệnh lên tôi.

Ở các phủ huyện lần lần rồi cũng có nhà thương như ở tỉnh, ở tỉnh-ly nhưng có nhỏ hơn. Ở làng Tiền-lý lại có một nhà thương hủi.

Kể cả các tỉnh ở Đông-pháp, cũng ít tỉnh việc học khai hóa như ở Thanh. Tất cả những trường Pháp-việt kiêm-bị, yếu-lược và Âu-học đều thuộc quyền ông Đốc-học tỉnh Thanh coi cả.

3) Thành phố tỉnh Thanh ở cách sông Mã 4 kilomètres, về phía tây tỉnh có một nơi sơn-thủy hữu tình, là chỗ mấy trại núi đá Quảng-Nạp mọc ở giữa đồng.

Ở tỉnh có quan-Tây và quan-Nam đóng. Tự năm 1823 đến năm 1908, đây lại còn là chỗ huyện ly, huyện Đông-sơn, mà bây giờ đem ra Tiền-lý ở cách tỉnh độ 1 kilomètre. Huyện ấy nay cải phủ. Tỉnh đóng ở địa hạt những làng sau này : Làng Thọ-hạc, Đông-phố, Nam-phố (về tổng Thọ-hạc) làng Đức-thọ-vạn, Cốc-hạ, Cẩm-bào, Nội-thôn, Phú-cốc (về tổng Bộ-đức) tỉnh phần ra làm 10 phố.

Dân số được ngoại 7.000 người. Tỉnh-ly có thể chia làm ba quãng : Thành quan-Nam, phố người Nam, phố người Tây. Thanh là chỗ quan-tỉnh đóng và từ năm 1804 ở về địa phận làng Thọ-hạc. Thừa trước đắp đất, đến đời vua Minh-Mạnh năm 1828 mới xây bằng gạch, Thành có bốn cửa, nhưng mà cửa nam ít khi dám mở, vì người ta bảo rằng trước có hai quả núi hình như long–hổ tương-đầu, mở cửa ấy ra thì quan tỉnh sinh sự lẫn nhau (1).

Chu vi thành đo được 630 trượng và cao một trượng (một trượng đo hơn 4 thước tây...), ở trong thành thì có dinh thất của các quan-tỉnh, có hành-cung, có trại lính Khố-xanh, có Nhà-pha và Kho-tàng là chỗ ngày xưa chứa gạo và thuốc-đạn để phòng khi đói kém và loạn-lạc ; lại có Cồn-vọng và Cột-cờ nữa.

Phố người Nam thì có thể chia ra làm hai phần được : phố làm nghề và phố buôn bán. Phố làm nghề là cho làm đồ sành sứ thì ở trên hai bờ sông Ngự chảy ra sông Mã ; phố buôn bán thì ở theo đường Quan-báo. Ở cuối phố thì có chợ-tỉnh và chợ–trâu-bò, họp ở hai bên vệ đường đi ra Sầm-sơn.

Phố tây thì ở vào giữa, một bên thì là phố ta, một bên thì sông Ngự có cái vườn đẹp, làm ở trên cái hồ mới lập. Về phía đông cái vườn ấy thì có toà sứ, sở dây-thép. Bên kia đường thì có sở Kho-bạc, sở Lục-lộ. Hiện nay phố xá nguy-nga công thương phát đạt lắm.

Mỗi tháng có 3 ngày, là mồng bảy, mười bảy, hai mươi bảy là ngày phiên chợ tỉnh và chợ bán trâu-bò, thì tỉnh Thanh rất là vui vẻ. Người ở Bắc-kỳ vào, người Nghệ-an và Hà-tĩnh ra mua bán thật đông. Có lắm người tây làm chủ đồn-điền cũng đi mua bán ở chợ phiên nữa.

THÁI-THÚC-HOÀNH,

Vinh, Thành-Trung-Học-đường Quản-Đốc

(Phụng–duyệt).

____

(1) Năm Khải-Định Bắc tuần, có mở cửa tiền, rồi xây lại, các Vua nhà Nguyễn chỉ vào cửa Tả mà thôi.

MẤY LỜI TỔNG-KẾT

Ta thử ngẫm mà xem, cứ đọc hết quyển Địa-dư này thì biết rõ tỉnh Thanh-hóa, tuy thực là thuộc về Trung-kỳ cai-trị ; song chính là một tỉnh đáng thuộc về Bắc-kỳ. Theo như các lẽ nói ở trong sách này, thì điều gì cũng giồng như ở miền đất Bắc, nào là địa-thể, nào là khí hậu, nào là nhân vật cho đến sự tích, đến cả các việc cầy cây, trồng trọt, vân vân... biết bao nhiêu điều hợp cách với người Bắc-kỳ vậy.

Tỉnh Thanh-hóa là tỉnh to nhất ở Đông-pháp lại là một tỉnh đông người nhất, có thể sau này ra một tỉnh rất là giầu thịnh.

Xét về lịch-sử cũng vậy.

Khắp cả nước Việt-nam (Bắc-kỳ, Trung-kỳ và Nam-kỳ) không có tỉnh nào có lắm người danh tiếng lừng lẫy bằng tỉnh Thanh-hóa, và không có tỉnh nào phát hiện ra lắm đời vua bằng tỉnh Thanh.

Kể những nhà vua trị-vì trước đã làm cho nước mạnh, dân giầu cho đến nhà Nguyễn ngày nay, phần nhiều là phát tích ở Thanh-hóa. Vì thế, dám chắc rằng trong lịch-sử nước Việt-Nam không có tỉnh nào quan trọng bằng tỉnh Thanh-hóa vậy.

THÁI THÚC-HOÀNH.

Vinh, Thành-Trung-Học-Đường Quản-Đốc,

(Phụng duyệt).

Imp. d'Extrême-Orient, Hanoi. — 25813-1500

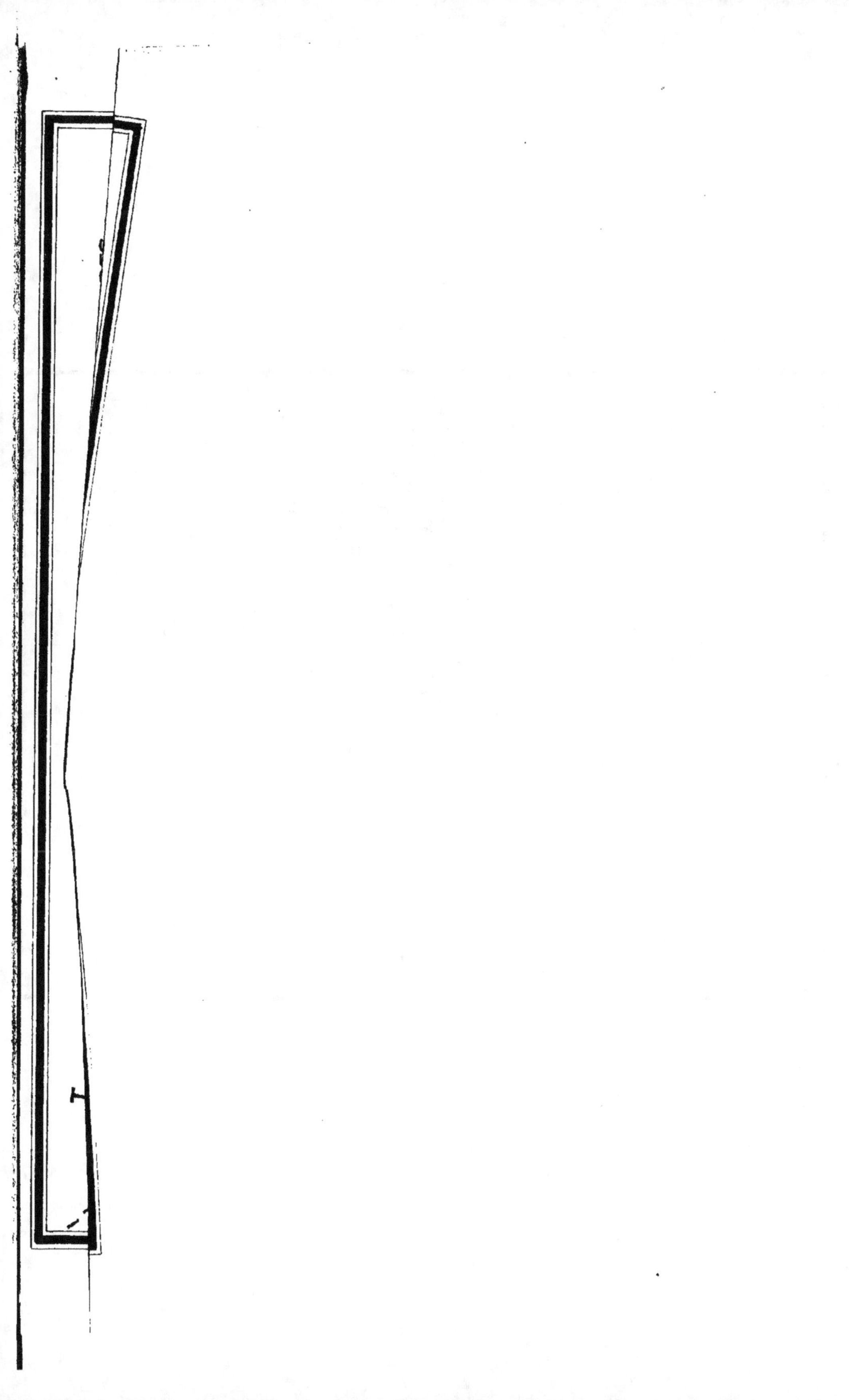

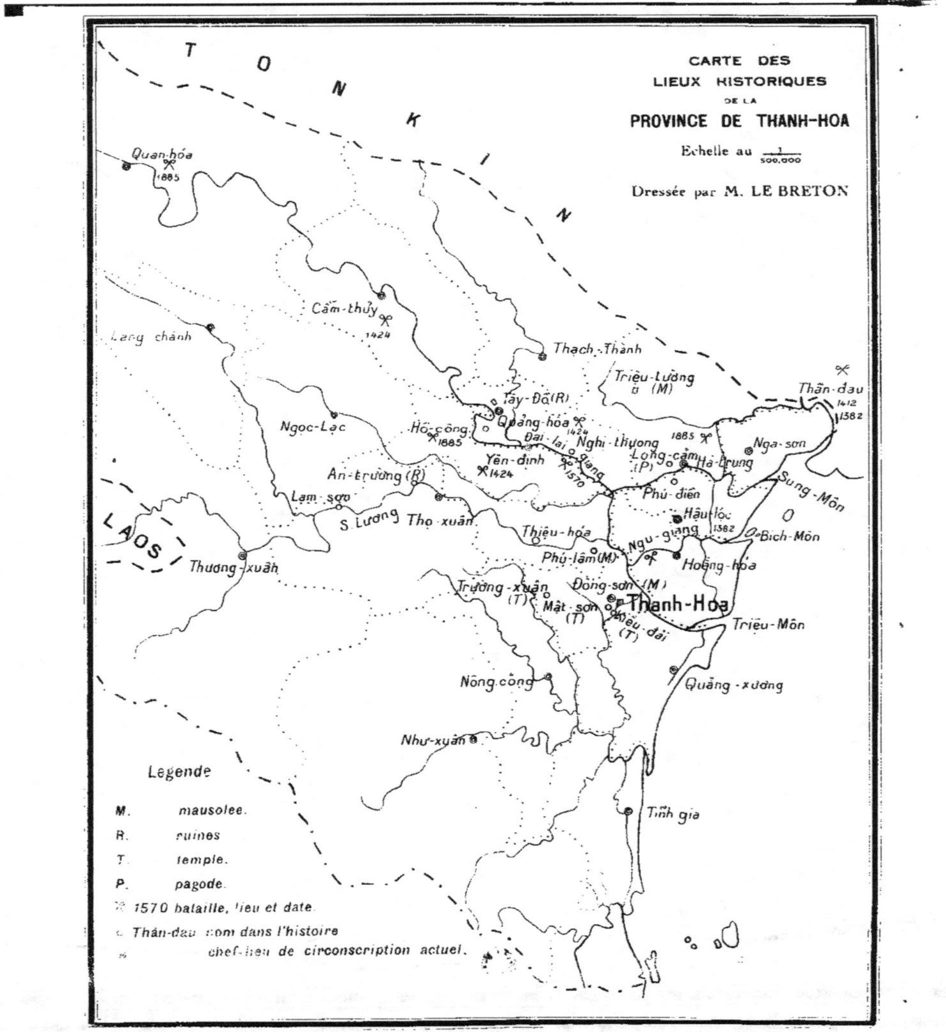

CARTE DES
LIEUX HISTORIQUES
DE LA
PROVINCE DE THANH-HOA
Echelle au 1/500.000
Dressée par M. LE BRETON
TONKIN
LAOS
Quan-hóa 1885
Cẩm-thủy 1424
Lang chánh
Thạch-Thành
Triệu-Lường (M)
Thân-đau 1412 1382
Ngọc-Lạc
Tây-Đô (R)
Quảng-hóa 1424
Hố-công 1885
Đại-lại Nghi-thượng 1885
giang 1570
Long-câm Hà-trung (P)
Nga-son
Yên-định 1424
Phú-điền
Sung-Môn
An-trường (R)
Lam-son
S. Lương Thọ-xuân
Thiệu-hóa
Hậu-lộc 1382
Bích-Môn
O
Thương-xuân
Phú-lâm (M)
Ngu-giang
Hoằng-hóa
Trường-xuân (T)
Đồng-son (M)
Mặt-son (T)
Triệu-đai (T)
Thanh-Hoa
Triệu-Môn
Nông-cống
Quảng-xương
Như-xuân
Tĩnh gia
Legende
M.   mausolee.
R.   ruines
T.   temple.
P.   pagode.
1570 bataille, lieu et date.
Thân-đau nom dans l'histoire
chef-lieu de circonscription actuel.

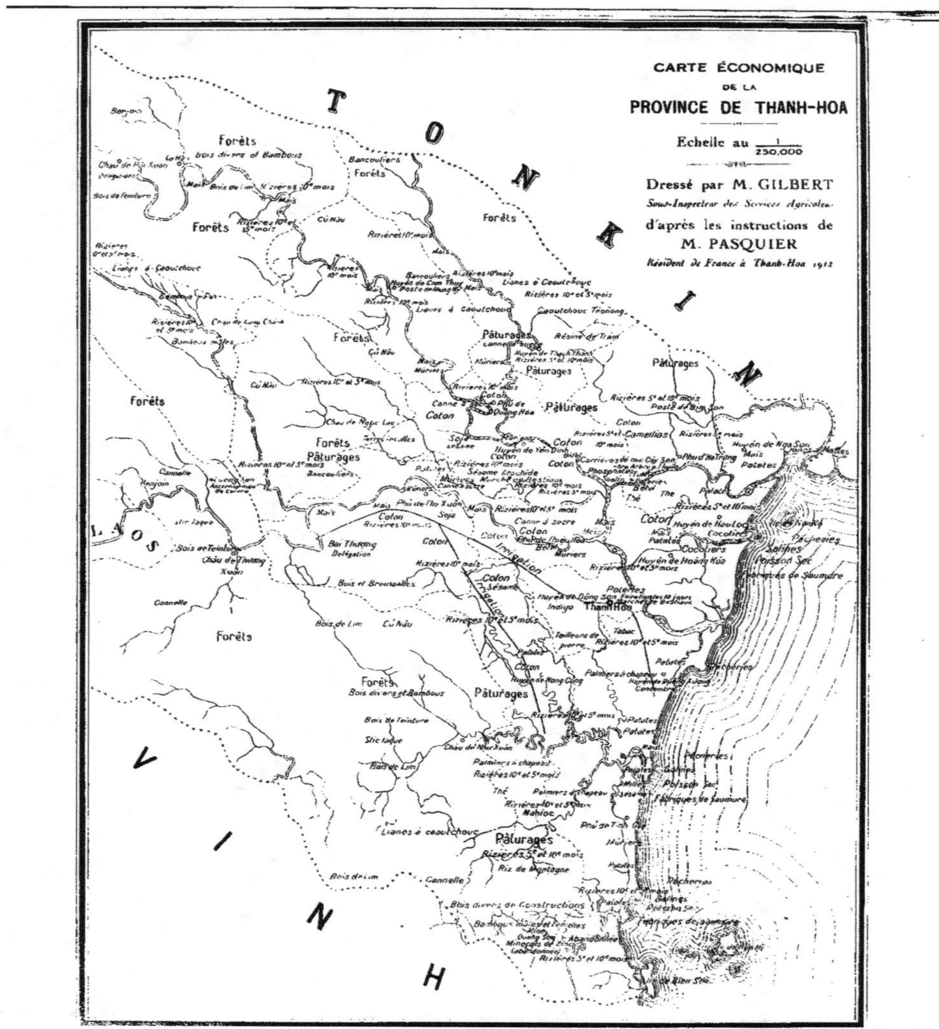
CARTE ÉCONOMIQUE
DE LA
PROVINCE DE THANH-HOA
Echelle au 1/250.000
Dressé par M. GILBERT
Sous-Inspecteur des Services Agricoles
d'après les instructions de
M. PASQUIER
Résident de France à Thanh-Hoa 1912
TONKIN
LAOS
VINH
Forêts
Pâturages
Coton
Rizières
Mais
Thanh-Hoa